உழவுக்கும் உண்டு வரலாறு!

உழவுக்கும் உண்டு வரலாறு!

டாக்டர் கோ. நம்மாழ்வார்

விகடன்
பிரசுரம்

Title :
UZHAVUKKUM UNDU VARALARU
© Dr. K. NAMMAZHVAR

ISBN : 978-81-8476-086-6

விகடன் பிரசுரம்: **328**

நூல் தலைப்பு:
உழவுக்கும் உண்டு வரலாறு!

நூல் ஆசிரியர்:
© டாக்டர் கோ.நம்மாழ்வார்

ஓவியங்கள்:
ஹரன்

முதற்பதிப்பு : **மே, 2008**

இருபத்து ஒன்றாம் பதிப்பு : **டிசம்பர், 2024**

விலை : ₹ **140**

பதிப்பாளர்:
பா.சீனிவாசன்

துறைத் தலைவர்:
எம்.அப்பாஸ் அலி

முதன்மைப் பொறுப்பாசிரியர்:
அ.அன்பழகன்

தலைமை உதவி ஆசிரியர்:
ப.சுப்ரமணி

தலைமை வடிவமைப்பு:
மா.முகமது இம்ரான்

இந்தப் புத்தகத்தின் எந்த ஒரு பகுதியையும் பதிப்பாளரின் எழுத்துபூர்வமான முன் அனுமதி பெறாமல் மறுபிரசுரம் செய்வதோ, அச்சு மற்றும் மின்னணு ஊடகங்களில் மறுபதிப்பு செய்வதோ காப்புரிமைச் சட்டப்படி தடை செய்யப்பட்டதாகும். புத்தக விமரிசனத்துக்கு மட்டும் இந்தப் புத்தகத்திலிருந்து மேற்கோள் காட்ட அனுமதிக்கப்படுகிறது.

விகடன் பிரசுரம்
757, அண்ணா சாலை, சென்னை-600 002.

மொபைல்: 80560 46940 / 95000 68144
Website: http://books.vikatan.com
e-mail: books@vikatan.com

வேளாண்மையின் உண்மை முகம்!

கிட்டதட்ட முப்பது ஆண்டுகளாக இயற்கை வேளாண்மைக்காக இடைவிடாமல் போராடும் போராளி டாக்டர் கோ.நம்மாழ்வார். ஒற்றை மனிதனாக ஆரம்பித்த இவரது வாழ்க்கைப் பயணம், இன்று லட்சக்கணக்கான மக்களை இயற்கை விவசாயத்தின் பக்கம் திரும்ப வைத்திருக்கிறது.

அண்ணாமலைப் பல்கலைக்கழகத்தில் இளங்கலை வேளாண் பட்டம் பெற்று, தமிழக வேளாண் துறையில் பணியில் சேர்ந்தவர் நம்மாழ்வார். ரசாயன உரங்கள், பூச்சிக்கொல்லி மருந்துகள், வீரிய விதைகள் ஆகியவற்றால் வேளாண்மை முழுக்க நஞ்சாகி விட்டதைக் கண்டு கொதித்து, பணியிலிருந்து வெளியேறியவர்.

நிலங்களில் விதைப்பது வாடிக்கை... இவரோ நிலங்களையே விதைகளாக்கியிருக்கிறார். ஆம். இயற்கை வேளாண்மைக்கான விதையை தமிழகம் முழுக்கப் பல்வேறு இடங்களில் விதைத்து, இன்றைக்கு அவையெல்லாம் இயற்கை வேளாண்மைக்கான பயிற்சிப் பட்டறைகளாக மிளிர்வதுதான் இவரது வாழ்க்கை அர்ப்பணிப்புக்குக் கிடைத்துள்ள வெற்றி!

'இயற்கை வேளாண் விஞ்ஞானி' என்று அழைக்கப்படும் இவரது பேச்சு மற்றும் எழுத்தில் சமூகம், இயற்கை, கலாசாரம், வரலாறு, அரசியல், பொருளாதாரம், மருத்துவம், விளையாட்டு, சுற்றுச்சூழல் என்று பூமிப்பந்திலிருக்கும் அனைத்தும் அடங்கியிருக்கும். இதையே 'பசுமை விகடன்' இதழில் 'இயற்கை' என்ற தலைப்பில் ஒரு வருட காலமாக எழுதி வந்தார். அதன் தொகுப்பே இந்த நூல்,

ஆங்கில எழுத்தாளர் ஷூமேக்கரின் 'சின்னஞ்சிறியதே அழகானது' (Small is Beautiful) நூலை நம்மாழ்வார் எடுத்தாண்டிருக்கும் விதம் நம்மை வியப்பில் ஆழ்த்துகிறது.

'பசுமைப் புரட்சி' என்ற பெயரால் நிகழ்த்தப்பட்ட அமெரிக்க நாடகத்தின் அத்தனை அத்தியாயங்களையும் அடித்து நொறுக்கி, அதை எழுதியோரின் முகமூடிகளைக் கிழித்துப்போடும் வேகம்... அதிபயங்கரம்தான்! இது உழவர்களுக்கான நூல் மட்டுமல்ல... ஒவ்வொரு இந்தியனுக்கானதும் கூட! கடந்த ஐம்பதாண்டு காலகட்டத்துக்குள் இந்திய வேளாண்மை வஞ்சிக்கப்பட்டதன் மூலம்... ஒவ்வொரு இந்தியனும் வஞ்சிக்கப்பட்டதற்கான வரலாற்றுப் பதிவு இது. இந்தப் புத்தகத்தைப் படித்து முடித்த பிறகு நம்மால் இயற்கையை நோக்கி நடக்காமலிருக்க முடியாது!

— ஆசிரியர்

என் சந்ததிக்காக!

'பசுமை விகடன்' இதழில் ஓராண்டு காலமாக நான் எழுதிய கட்டுரைகளை 'உழவுக்கும் உண்டு வரலாறு' என்ற தலைப்பில் விகடன் பிரசுரம் வெளிக்கொண்டு வருகிறது.

வரலாற்றையும் கலாசாரத்தையும் புரிந்து கொள்ளாமல் சமுதாயம் முன்னேறுவது முயற்கொம்பே. இந்தியாவானது இன்னும் மிகப்பெரிய அளவில் உழவு சார்ந்த ஒரு நாடுதான். சுதந்திரம் அடைந்தபோது இருந்த மக்கள் தொகை போல, இரு மடங்கு மக்கள் (73 கோடி பேர்) கிராமத்தில் வாழ்கிறார்கள். உழவுக்கு அடிப்படையான உழவர்கள், விடுதலைக்கு முன்போ... பின்போ நலமாக இருந்த வரலாறு கிடையாது.

1975 - 1985-ம் ஆண்டுகளுக்கு இடையில் சற்றே உயரத் தொடங்கிய நெல், கோதுமை ஆகியவற்றின் விளைச்சல் சரியத் தொடங்கி, அவற்றை இறக்குமதி செய்யத் தொடங்கிவிட்டோம். சமையல் எண்ணெயையும் பருப்பையும் நெடுங்காலமாகவே இறக்குமதி செய்கிறோம். ஆட்சியில் இருப்பவர்களும் விஞ்ஞானிகளும் இடைவிடாது போற்றித் துதிக்கும் 'பச்சைப் புரட்சி' தொடங்கிய நாள் முதலாக இன்று வரை உணவில் பற்றாக்குறை மாநிலமாகவே தமிழ்நாடு இருந்து வருகிறது.

உழவர்கள், உரிமைகளுக்காகப் போராடியபோதெல்லாம் அரசாங்கம் இரும்புக்கரம் கொண்டு நொறுக்கியுள்ளது. அறுபதுக்கும் மேற்பட்ட உழவர்கள் துப்பாக்கிச் சூட்டினால் கொல்லப்பட்டிருக்கிறார்கள். உலக மயமாக்கப்பட்ட 1997 - 2006-க்கு இடைப்பட்ட பத்தாண்டுகளில் இந்தியாவில் மட்டும் 1,66,304 உழவர்கள் தற்கொலைக்குத் தள்ளப்பட்டிருக்கிறார்கள். பத்து ஏக்கருக்கு மேல் நிலம் வைத்திருந்தவர்களும் நடுத்தெருவுக்கு வந்துள்ளார்கள். நாட்டில் இன்றும் ஐந்தில் ஒருவர் பசியோடு படுக்கைக்குச் செல்கிறார். நிலம் மலடானது. ஆறுகளும் ஏரிகளும் ஆலைச் சாக்கடைகளின் வடிகால் நிலமாகிவிட்டன. சத்து மிகுந்த சோளம், கம்பு, தினை, சாமை, கேழ்வரகு, வரகு போன்ற பயிர்களும் இனங்களும் மறைந்து போய்விட்டன.

இறைச்சிக்காகவும், செருப்புக்காகவும் எலும்புக்காகவும் மாடுகள் கடத்தப்படுகின்றன. பயிரினங்கள், கால்நடை இனங்களைக் களவு கொண்டு செல்ல கம்பெனிகளுக்குச் சிவப்புக் கம்பளம் விரிக்கப்படுகிறது. உழவர்க்கு வரவுக்கும் செலவுக்கும் கட்டுப்படியாகவில்லை. இது ஒரு புறம்.

இன்னொரு புறம் பொருத்தம் இல்லாத தொழில்நுட்பத்தை இறக்குமதி செய்ததால் உணவும், குடிநீரும் நஞ்சாகிப் போனது. 112 கோடி பேரும் உணவுக்குச் செலவழிப்பதை விட மருத்துவருக்கும் மருந்துக்கும் அதிகமாகச் செலவழிக்கிறார்கள். இனிமேலும் உழவு முன்னோக்கி நகர முடியாத நெருக்கடி முற்றிவிட்ட நிலையிலும் பதவியில் இருப்பவர்கள்,

பாம்பு பிடித்த குரங்கு போல அமெரிக்கா மாதிரி வேளாண்மையைக் கவ்விப் பிடிக்கிறார்கள். அமெரிக்காவின் மக்கள் தொகை 28 கோடி. இவர்களில் இரண்டு சதம் பேர் உழவைத் தொழிலாகச் செய்து வருகிறார்கள். இது போன்று இந்தியாவும் மாற வேண்டும் என்று திட்டம் தீட்டுவோரும் அமைச்சர்களும் அடிக்கடி பேசிவருவது நமக்கு நாமே சவக்குழி தோண்டிக் கொள்வதாகும்.

நிலம், நீர், காற்று, உழவர், நுகர்வோர் அனைவரின் நலனையும் பணயமாக வைத்து ஒரு சூதாட்டம் நடந்தேறியுள்ளது. இத்தகைய போக்குக்கு முற்றுப்புள்ளி வைக்காமல், 'இரண்டாவது பச்சைப் புரட்சி தேவை' என்று பேசுவது பாரதி சொன்னது போல, 'கோயில் பூசை செய்வோன், சிலையைக் கொண்டு போய் விற்பதற்குச் சமமாகும்.' இந்த புரிதலைக் கொண்டு வருவன இந்த நூலில் உள்ள கட்டுரைகள். நூல் முழுவதும் வரலாற்றுத் தடயங்கள் பதிவு செய்யப்பட்டுள்ளன.

ஆலைத் தொழில் பேணும் வேளாண்மை நம்மைப் பாதாளத்துக்கு இட்டுச் சென்றதையும், இயற்கை வழி வேளாண்மையே நிலைத்த நீடித்த வேளாண்மைக்கு அடிகோலும் என்பதையும் உலகம் இன்று நிரூபித்து விட்ட நிலையிலும் இயற்கைப் பக்கம் தலைவைத்துப் படுக்க மறுக்கும் சக்திகளுக்குப் பார்வை கொடுக்கும் விழிப் படலம் இந்நூல்.

ஜான் அகஸ்டஸ் வால்க்கரும், ஆல்பர்ட் ஓவார்டும் போற்றிய ஞானம் நம் உழவர்க்கு உரியது. இயற்கை வேளாண்மையால் அதிக விளைச்சலை எடுத்துக் காட்டிய உழவர்களை அடையாளம் கண்ட விஞ்ஞானிகள் ரிச்சாரியாவும் யக்ஞராமனும் வாழ்ந்த பூமி இது.

நாட்டின் புகழை மீட்டெடுத்த குஜராத் மாநிலத்து பாஸ்கார்சாவே வாழும் பூமி இது. இந்த நாட்டு உழவு, உழவர், நுகர்வோர் மீது அக்கறை கொண்டு அதற்கு வழி என்னவென்று தேடுவோர்க்கு இதோ என வழிகாட்டுகிறது 'உழவுக்கும் உண்டு வரலாறு.'

இன்றைய தேவையெல்லாம், 'எந்தப் பலனையும் எதிர்பாராது குஞ்சுக்கு உணவூட்டும் பறவை போன்று தாயன்புடன் செயல்படும் தொண்டர்களே' என்று குமரப்பா சொன்னதையும் பதிவு செய்துளோம். படித்து விட்டு 'நல்லாத்தான் சொல்லப்பட்டிருக்கு' என்று சொல்வதற்கு அல்ல இந்நூல்... 'வருங்காலச் சந்ததிக்காக ஏதாவது ஒன்றைச் செய்யாமல் ஓயமாட்டேன்' என்று முடிவெடுக்கும் ஒவ்வொரு பெண்ணின் கையிலும், ஆணின் கையிலும் இருக்க வேண்டிய கைவிளக்கு இது. அவர்களுக்கு இவ்விளக்கு ஒளி உமிழும்! நெஞ்சுக்கு நெருக்கமானவர்களே... உங்களை ஆரத்தழுவுகிறேன்.

நன்றி. வணக்கம்

–கோ.நம்மாழ்வார்

31/03/08

ஜப்பானில் உதித்த விவசாய சூரியன்!

இயற்கை உழவாண்மை என்பது உலகின் பாரம்பரியமான ஒன்று! ஆனால், காலப்போக்கில் உலகம் முழுக்கவே அது அழிக்கப்பட்டு விட்டது. நாற்பது வருட காலத்துக்கு முன் அதை மீட்டெடுத்து உலகுக்கு மீண்டும் அறிமுகப்படுத்தியவர் ஜப்பான் நாட்டைச் சேர்ந்த விவசாய ஆராய்ச்சியாளர் மசானோபு ஃபுகோக்கா.

வேளாண் பட்டம் பெற்று அரசுத் துறையில் பணி புரிந்தவர் மசானோபு ஃபுகோக்கா. கடும் நஞ்சான டி.டி.டீ. பூச்சிக்கொல்லி மருந்தை ஹெலிகாப்டர் மூலம் பயிர்களுக்கு தெளிக்கச் சொல்லி, அந்த நாட்டு அரசு உத்தரவிட்டது. ஆனால், 'உயிர்களைக் கொல்வது புத்த தர்மத்துக்கு விரோதமானது' என்று கருதிய ஃபுகோக்கா, தான் பார்த்து வந்த அரசுப் பணியை உடனடியாக உதறிவிட்டு, தன் தந்தையின் நிலத்தில் விவசாயம் மற்றும் அது தொடர்பான ஆராய்ச்சியில் இறங்கினார். அவரது ஆராய்ச்சி முடிவுகள் இரு புத்தகங்களாக வெளிவந்துள்ளன. 'ஒற்றை வைக்கோல் புரட்சி', 'இயற்கை வழி வேளாண்மை' என்கிற அந்த இரண்டு புத்தகங்களும் விவசாயம் குறித்த அதிர்ச்சிகரமான கேள்விகளை எழுப்பிப் பலரையும் திரும்பிப் பார்க்க வைத்தன.

நவீன விவசாயத்தில் நாளுக்கு நாள் மண் வளம் குறைந்து கொண்டே போகிறது; வேலையும் பணச் செலவும் கூடிக் கொண்டே போகிறது. இதற்கு மாறாக ஃபுகோக்காவின்

உழவுக்கும் உண்டு வரலாறு!

மசானோபு ஃபுகோக்கா

இயற்கை உழவாண்மையில் நில வளம் உயர்ந்து கொண்டே போகிறது. வேலையும் பணச் செலவும் குறைந்து கொண்டே போகிறது. இது எப்படிச் சாத்தியம்? 'இயற்கைக்கே திருப்பியளிப்போம்!' என்னும் விதிதான் அதைச் சாத்தியப்படுத்தியிருக்கிறது. ஃபுகோக்கா அறுவடைக்குப் பின்பு வைக்கோலை நிலத்துக்கே திருப்பிக் கொடுத்தார். அதனால் ஆண்டுதோறும் நிலவளமும் உயர்ந்தது; விளைச்சலும் அதிகரித்தது. இனி, ஃபுகோக்காவின் ஆராய்ச்சி பற்றி அவரது வார்த்தைகளிலேயே பார்ப்போம்:

'பூமியின் இயற்கை வளம் குறித்து உங்களுக்குப் புரிதல் வர வேண்டுமா? மனிதனின் கால் படாத காட்டுப் பகுதிக்குள் சென்று பாருங்கள். அங்குள்ள மரக்கூட்டங்களுக்கு யாரும் ரசாயன உரம் போடவில்லை; பூச்சிக்கொல்லி நஞ்சு தெளிக்கவில்லை. நிலத்தை உழாமல் முதல் முறையாக நெல் பயிர் செய்து அறுவடை செய்தபோது, அமெரிக்காவைக் கண்டுபிடித்த சமயத்தில் கொலம்பஸ் எவ்வளவு மகிழ்ச்சி அடைந்தாரோ... அந்த அளவுக்கு நான் மகிழ்ச்சி அடைந்தேன். ஜப்பான் நாட்டிலேயே எனது வயல் ஒன்றுதான் கடந்த 20 ஆண்டுகளுக்கும் மேலாக உழப்படாமல் இருந்து வருகிறது.

நிலத்தில் ரசாயன உரங்களும் பூச்சிக்கொல்லி நஞ்சுகளும் பயன்படுத்தப் படாவிட்டால், இப்போது கிடைக்கும் விளைச்சலில் பத்தில் ஒரு பங்கு குறையலாம். ஆனால், இயற்கையின் சக்தி நமது கற்பனைக்கு அப்பாற்பட்டது. முதற்கட்ட இழப்புக்குப் பிறகு, விளைச்சல் அதிகரிக்கத் துவங்கி விரைவிலேயே முதலில் எடுத்த விளைச்சலை மிஞ்சிவிடும்!

கால் ஏக்கர் நிலத்தில் பல லட்சம் சிலந்திகள் வாழ்கின்றன. அவை பல ஆயிரம் மீட்டர் நீளமுள்ள வலைகளைப் பின்னுகின்றன. பயிரை அழிக்கும் தாய்ப் பூச்சிகள், சிலந்தியின் வலையில் சிக்குவதால் பயிர்கள் காப்பாற்றப்படுகின்றன. ஆனால், ரசாயனப் பூச்சிக்கொல்லிகள் தெளிக்கப்படும்போது சிலந்தி வலைகள் நொடியில் அழிக்கப்படுகின்றன.

நெல் அறுவடைக்குப் பின்பு வைக்கோல், உமி ஆகியவற்றை நிலத்தில் பரப்பினேன். முதல் பயிர் அறுவடைக்கு முன்பாகவே களிமண் பூசிய விதைகளை அந்த நிலத்தில் விதைத்து விடுகிறேன், அறுவடைக்குப் பின்பு வைக்கோலால் நிலத்தை மூடும்போது, இளம் பயிர் செழித்து வளர்கிறது. களைகளும் போட்டி போடுவது இல்லை.

நான் கொஞ்சம் நெருக்கமாகவே விதைப்பேன். ஒரு விதை முளைத்து வளரும்போது 20 முதல் 25 சிம்புகள் வெடிக்கின்றன. ஒரு சதுர அடியில் 250 முதல் 300 நெல்மணிகள் வரை உள்ள கதிர்கள் விளைகின்றன'

இப்படியெல்லாம் பேசுகிற ஃபுகோக்காவின் சிந்தனையில் தத்துவம் சிறப்பான இடத்தைப் பற்றிக் கொள்கிறது என்பது முக்கியமாக கவனிக்கப்பட வேண்டிய விஷயம். 'உழவாண்மையில் இயந்திரப் பயன்பாடு குறைய வேண்டும். பொருளாசையைக் கட்டுப்படுத்த வேண்டும். இப்படிச் செயல்பட்டால், வேலை சுகமாக இருக்கும். ஆத்ம ஆனந்தம் அதிகரிக்கும்' என்பதே அவருடைய அடிப்படைத் தத்துவம்.

மருத்துவர்கள், நோயாளிகளை கவனித்துக் கொள்கிறார்கள். இயற்கை ஆரோக்கியமானவர்களை கவனித்துக் கொள்கிறது. இயற்கைச் சூழலில், நோய் அண்டாது வாழ்வதே சிறந்த வாழ்க்கை!

மனதை உலுக்கும் 'மௌன வசந்தம்'!

சுமார் பதினைந்து ஆண்டுகளுக்கு முன்பு ஸ்வீடன் நாட்டுப் பயணிகள் குழு ஒன்று தமிழ்நாட்டுக்கு வந்தபோது, அவர்களைச் சந்திக்கும் வாய்ப்பு எனக்குக் கிடைத்தது.

அவர்களில் ஓர் அம்மையார் பெயர் ரூத். நாங்கள் இருவரும் பேசிக் கொண்டிருந்தபோது, "உலகம் முழுவதும் உள்ளவர்கள் பொய் சொல்கிறார்கள்!" என்று ஒரு குற்றச்சாட்டை எடுத்து வைத்தார் ரூத். குறுக்கிட்ட நான், "எப்படி ஒரேயடியாக இதை நீங்கள் சொல்ல முடியும்?" என்றேன்.

"பூச்சிக்கொல்லி (pesticide) என்பதையே எடுத்துக் கொள்ளுங்களேன்…" எனச் சொல்லி என் கண்களை நேராகப் பார்த்தார் ரூத். "அதற்கென்ன… பூச்சிகளைக் கொல்லும் மருந்து தானே பூச்சிக்கொல்லி!" என்றேன் நான்.

"மருந்து என்கிறீர்கள்… அதில் கொஞ்சத்தை நீங்கள் சாப்பிட முடியுமா?" என்று அவர் திகில் கிளப்பி, "அதை நீங்கள் சாப்பிட்டால் என்ன நடக்கும்?" என்று கொக்கி போட்டார். "விஷம் தாக்கிச் செத்துப் போவேன்!" என்றேன்.

"நேரடியாகச் சாப்பிடும்போது அது மனிதர்களைக் கொல்லும் என்றால், அது எப்படி 'பூச்சிக்கொல்லி'யாக மட்டுமே இருக்க முடியும். அதை உயிர்க்கொல்லி என்று சொல்வதுதானே சரியாக இருக்க முடியும். இப்போது புரிகிறதா… நாமெல்லாம் பொய்தான் சொல்கிறோம் என்று?" என்று காட்டமாகக் கேட்டார் ரூத்.

அதுமட்டுமில்லை… பூச்சிக்கொல்லியை நேரடியாகச் சாப்பிட்டால்தான் ஆபத்து என்றில்லை. காய், கனி, பால், முட்டை, இறைச்சி, குடிநீர், தாய்ப்பால் என்று எந்த வடிவிலும் அது நம் உடலில் புகுந்து சிறுகச் சிறுகத் துன்பத்துக்கு ஆளாக்கிக் கொண்டுதானிருக்கிறது.

ராச்சேல் கார்சன் அந்தப் புத்தகம்...

உங்களுக்கு நரம்புத்தளர்ச்சி உள்ளதா... மூச்சுத் திணறலா... சிறுநீரகத்தில் கல் அடைப்பா... கர்ப்பப் பையில் புற்றுநோயா... இப்படி எந்தப் பிரச்னையாக இருந்தாலும் சரி... உங்கள் உடலில் கண்ணுக்குத் தெரியாமல் போய்ச் சேர்கிற பூச்சிக்கொல்லி நஞ்சுக்கும் பங்கிருக்க வாய்ப்பு உண்டு. பூச்சிக்கொல்லி நஞ்சு என்பது, செடிகளிலிருந்து பசுவின் வயிற்றுக்குள் போய், பால் வழியாக நம் உடலுக்குள் பாய்வதும் நடக்கிறது. தாய் வயிற்றுக்குள் இருந்து ரத்தம் பெற்றோமே... அன்று தொடங்கியே நம் தாயோடுசேர்த்து நாமும் நஞ்சுண்ட (ஆ)சாமிகள்தான்!

கேரள மாநிலத்தின் முந்திரிக் காடுகளில் ஹெலிகாப்டர் மூலம் 'எண்டோசல்பான்' என்ற பூச்சிக்கொல்லி தெளிக்கப்பட்டது. அடுத்த சில ஆண்டுகளில்.... சுற்றுப்புறத்து ஊர்களில் பல குழந்தைகள் ஊனமாகப் பிறந்தன. இத்தனைக்கும் அந்த முந்திரிப் பருப்புகளை குழந்தைகளின் தாயார்கள் தின்னவுமில்லை... முந்திரிக் கொல்லையில் அவர்கள் வேலை பார்க்கவும் இல்லை. நஞ்சு கலந்த காற்றைச் சுவாசித்தது, காற்று வழியே நஞ்சு படிந்த ஓடை நீரைக் குடித்ததும்தான் அவர்களது பெருங்குற்றம் ஆனது.

கொடுமையிலும் கொடுமை என்னவென்றால், நமது தேசத்தில் இப்படி ஆண்டுதோறும் ஆயிரம் லட்சம் கிலோ நஞ்சை, நமது பயிரிலும் நிலத்திலும், நீரிலும், காற்றிலும் கலந்து கொண்டே இருக்கிறோம். இப்படியெல்லாம் நடக்குமென்று 1962-ம் ஆண்டே அமெரிக்காவைச் சேர்ந்த ராச்சேல் கார்சன் என்ற பெண்மணி எச்சரித்தார்.

உழவுக்கும் உண்டு வரலாறு!

கடலியல் விஞ்ஞானியான அவர் எழுதிய 'மவுன வசந்தம்' என்னும் உலகப் பிரசித்தி பெற்ற புத்தகம், எதைப் பற்றிப் பேசுகிறது?

அமெரிக்காவில் பனிக்காலம் மிகவும் கொடுமையாக இருக்கும். அந்தக் கொடுமை தாங்காமல் இங்கிலாந்து போன்ற நாடுகளுக்கு செல்லும் ராபின் பறவை, வசந்தம் பிறக்கும்போதுதான் நாடு திரும்பும். வசந்தத்துக்குக் கட்டியம் கூறும் அந்த ராபின் பறவை, அமெரிக்காவிலிருந்தே காணாமல் போக ஆரம்பித்தது. அதுவே, 'மவுன வசந்தம்' புத்தகம் பிறக்கக் காரணமானது.

1956-ம் ஆண்டு வாக்கில் இங்கிலாந்து நாட்டில் நடந்த சம்பவம்தான் இப்படிஒரு நூல் பிறக்க அடிப்படை. அந்த நாட்டின் சாலையோர மரங்களில் உள்ள இலைகளை ஜப்பான் வண்டுகள் தின்று அழித்தன. அந்த வண்டுகளை அழிக்க, பூச்சிக்கொல்லியை ஹெலிகாப்டர் மூலம்தெளித்தார்கள். ஜப்பான் வண்டுகள் செத்துப் போயின. ஆனால், இன்னொரு விபரீதம் நிகழ்ந்தது. நஞ்சு படிந்த இலைகள் உதிர்ந்தபோது, அதைத் தின்ற மண்புழுக்கள் இறந்தன. அப்படிப்பட்ட மண்புழுக்களைத் தின்ற ராபின் பறவைகளும் இறந்தன.ஹெலிகாப்டர் தூவிய நஞ்சு, நீரிலும் விழுந்ததால், மீன்கள் அரை மரண நிலையில் நீரோடையில் மிதந்தன.

கொடுமை இத்தோடு முடியவில்லை. அந்த மண்புழுக்களை உண்ட பறவைகள், கூடுகட்டவில்லை. அதைவிட சற்றே குறைவாக மண்புழுவை உண்ட பறவைகள் கூடு கட்டின. அதே போல், அவை முட்டை இட்டனவே தவிர, அவை குஞ்சு பொரிக்கவில்லை! 13 நாட்களில் முட்டையிலிருந்து குஞ்சு வெளி வரவேண்டும். 21 நாளாகியும் குஞ்சு வெளி வராதது கண்டு தாய்ப்பறவை ஏங்கியது. பூச்சிக்கொல்லி மருந்துகள், குறிப்பிட்ட பூச்சிகளைப் பூண்டோடு அழிப்பதுடன் அவை பிற உயிர்களின் உயிரணுவையும் அழித்து, அவற்றை மலடாக்குகிறது என்று அப்போதுகண்டறிந்தனர்.

அமெரிக்காவின் தேசியப் பறவையான வழுக்கைத்தலைக் கழுகும் மெல்ல மெல்ல மறைந்து வருவதைப் பார்த்தார்கள். இந்த விஷயங்களை எல்லாம் புத்தகமாக எழுதி உலகுக்கு வெளிப்படுத்தி அதிர வைத்தார் ராச்சேல் கார்சன். இதற்கு நடுவேதான்... சேற்றிலே செந்தாமரைமலர்வது போல், அமெரிக்காவில் ரொடேல் என்கிற விவசாயி, தன் பெயரில் இயற்கை வழிப் பண்ணை ஆராய்ச்சி நிறுவனத்தை வளர்த்தெடுத்தார். இன்று உலகெங்கும் வெற்றிக் கொடி நாட்டி வரும் இயற்கை வழிப் பண்ணைக்கு முன்னோடிகள் அமெரிக்காவும் ஜப்பானும்தான். ஆனால், அதெல்லாம் இந்த நவீன யுகத்தில்தான். இவர்களுக்கெல்லாம் முன்னோடி உண்மையில் இந்தியாதான். ஆம்... அமெரிக்க விவசாயி ரொடேல், இயற்கை விவசாயத்தை படித்துச் சென்றதே இங்கிருந்துதான்!

நஞ்சு மண்ணில் பூத்த அமுதம்!

ரசாயன உரங்களும் பூச்சிக்கொல்லி மருந்துகளும் சுற்றுச்சூழலை மாசுபடுத்தி, உயிரினங்களுக்கே ஆபத்தாக மாறிக் கொண்டிருப்பது குறித்து திடுக்கிடும் தகவல்கள் 'மௌன வசந்தம்' புத்தகத்தில் இடம் பெற்றிருக்க...

உலகமே அதிர்ச்சியோடு திரும்பிப் பார்த்தது. அதே சமயம், ரசாயன உரம், பூச்சிக்கொல்லி மருந்து தயாரிப்பாளர்கள், நாக்கூசக் கூடிய வார்த்தைகளால் ராச்சேல் கார்சனை அர்ச்சனை செய்தார்கள். இதை நினைக்கும்போது, 'அமுதம் பிறந்த மண்ணில்தான் நஞ்சு பிறக்கிறது! கட்டபொம்மன் பிறந்த மண்ணிலேதான் எட்டப்பனும் பிறக்கிறான்' என்று 'வீரபாண்டிய கட்ட பொம்மன்' படத்தில் சிவாஜி பேசும் வசனம் நினைவுக்கு வருகிறது.

அமெரிக்க மக்கள் அத்தனை பேரும் கிளர்ந்தெழுந்து மிகக் கொடிய நஞ்சை எதிர்த்துக் குரல்கொடுக்க ஆரம்பித்தனர். இதையடுத்து, விஷ மருந்துகளின் பயன்பாட்டைத் தடை செய்தது அமெரிக்கா. ஆனால், அவற்றின் உற்பத்தியைத் தடை செய்யவில்லை. 'ஆப்பிரிக்கா, தென்அமெரிக்கா, ஆசியா ஆகிய கண்டங்களில் வாழும் மக்களின் தலையில் அதைக் கொட்டிப் பிழைத்துக் கொள்ளுங்கள்' என்று தங்கள் நாட்டு முதலாளிகளுக்கு வழிவகை செய்து கொடுத்தது. அப்படிப்பட்ட அமெரிக்க மண்ணிலும் மண்புழுவைப் போல் வெளியில் தெரியாமல், ஒரு பண்ணையில் இயற்கை வழி விவசாயம் நடந்து கொண்டு இருந்தது. அந்தப் பண்ணைக்கு உரியவர்... ரொடெல். அதுவும் இந்தியாவிலிருந்து இயற்கை விவசாயத்தை கற்றுக்கொண்டு போனவர் அவர் என்பது, எவ்வளவு பெருமைக்குரிய விஷயம்.

'ரொடெல் பண்ணை' இன்று ஒரு ஆராய்ச்சி நிறுவனமாக அங்கே வளர்ச்சி கண்டுள்ளது. 'ஐம்பது ஆண்டுகளாக மண்ணுக்கு மறுவாழ்வு அளிக்கும் இயற்கை வழி உழவாண்மைக்காக உலகெங்கும் ரொடெல் நிறுவனம்

ரோடெல்

அந்தப் புத்தகம்...

பிரசாரம் செய்து வருகிறது. இயற்கை வழி பயிர் சாகுபடி மூலம் ஏராளமான ஆரோக்கியகர உணவை உற்பத்தி செய்ய முடியும். இந்த முயற்சியின் மூலம் இயற்கைவள ஆதாரமும் சுற்றுச்சூழலும் தானே மேம்படும்' என்பதுதான் அந்தப் பண்ணையின் பிரதான பிரசாரமாக இருக்கிறது.

அமெரிக்காவில் வாழும் இந்தியரான லட்சுமிநாராயணன் சென்ற ஆண்டு ஒரு புத்தகத்தை அனுப்பி இருந்தார். அது, ரொடெல் நிறுவனம் வெளியிட்டிருந்த 'இயற்கை வழி உழவாண்மையின் வெற்றி' என்ற புத்தகமாகும். இந்த ஆண்டு, அதே நிறுவனத்தின் இன் னொரு புத்தகத்தை அனுப்பி இருக்கிறார் லட்சுமிநாராயணன். அதன் தலைப்பு 'நீயும் சாகுபடியும் தண்ணீரும்'! இந்தப் புத்தகம் கூறும் கொள்கைகள், செய்முறைகள், உலகின் எந்தச் சீமைக்கும் பொருந்தி வரும்.

* மனிதன் மற்ற உயிரினங்களில் இருந்து மேம்பட்டவன் அல்ல. அவன் இயற்கையின் ஓர் அங்கம். அவனால் இயற்கையைக் கட்டுப்படுத்தவோ மாற்றி அமைக்கவோ முடியாது. ஆனால், ஒத்திசைந்து வாழ முடியும்.

* செடி, கொடிகளும் விலங்குகளும் சமூகமாக வாழ்கின்றன. அவை காற்று, தண்ணீர், மண், வெளி, சூரிய ஒளி ஆகிய இயற்கை ஆதாரங்களைப் பகிர்ந்து கொள்கின்றன.

* மண்ணில் கழிவு என்று எதுவும் இல்லை. உணவுச் சங்கிலியில் பல கண்ணிகள் உள்ளன. மேல் மட்டத்தின் கழிவு, கீழ் மட்டத்தின் உணவு. மனிதன் கழித்ததை, கால்நடைகள் உண்ணுகின்றன. கால்நடைக் கழிவு, புழுக்களுக்கும் நுண்ணுயிர்களுக்கும் உணவாகிறது. நுண்ணுயிர் செயல்பாடு செடி வளர்ச்சிக்குத் தேவைப்படுகிறது. உணவுச் சங்கிலியை புரிந்து செயல்பட்டால், பண்ணைக்குத் தேவைப்படும் சக்தியின் அளவு குறையும்.

* உணவு உற்பத்தி, இயற்கைச் சுழற்சியைச் சார்ந்து உள்ளது. ஆரோக்கியமான மண் என்பது, உயிரற்ற திடப்பொருள் அல்ல. உயிரோட்டமுள்ள ஓர் அமைப்பு.

செடி, கொடி, மரங்களே அடிப்படையில் உற்பத்தியாளர்கள்.

அவை சூரியசக்தியை க்ளுகோஸாக மாற்றுகின்றன. நிலைத்த நீடித்த பயிர்த் தொழில் என்பது இயற்கை சார்ந்ததாக மட்டுமே இருக்க முடியும். ரசாயனப் பயன்பாடுகளும் எந்திரங்களின் உபயோகமும் மண் அரிப்புக்கு வழிகோலுகின்றன.

* நிலம் வளமானதா... இல்லையா என்பதைக் காட்டித் தரும் உயிரினம் மண்புழு. அது மண்ணில் காற்றோட்டத்தினை உண்டு பண்ணுகிறது. தனிமங்களை செடி ஏற்கும் வண்ணம் மாற்ற உதவுகிறது.

*பூச்சிகள் எதிரிகள் அல்ல. மகரந்தச் சேர்க்கைக்கு அவை இன்றியமையாதவை. அவற்றில் ஒன்று மற்றொன்றுக்கு உணவாகின்றது.

*பருவம் அறிந்து பயிர் செய்தல், மூலிகைச் சாறு தெளித்தல், உரிய விளைச்சல் எடுக்க தகுந்த முறைகள்.

இப்படி பல்வேறு விஷயங்களை எடுத்துப் போட்டு உலகுக்கு வழிகாட்டும் ரொடெல் நிறுவனம், சில ஆண்டுகளுக்கு முன், இந்தியாவின் சுற்றுச்சூழல் ஆர்வலர் டாக்டர் வந்தனாசிவாவை சிறப்புரையாற்ற அழைத்திருந்தது. அங்கே சென்ற வந்தனாசிவா, “உங்களுக்கு எப்படி இயற்கை வழியில் ஆர்வம் வந்தது?” என்று அந்நிறுவனத்தாரிடம் கேட்டார்.

அப்போது கிடைத்த பதில்- “முன்பு எங்க தாத்தா இந்தியா போயிருந்தார். அங்கே ஆல்பர்ட் ஓவார்டு செய்து கொண்டிருந்த ஆராய்ச்சிகளைக் கண்டு இயற்கை வழிக்கு மாறினார்'' என்பதுதான்!

அழிவதும் என்னாலே... ஆவதும் என்னாலே!

மும்பை நகரத்தில் ஒரு வீட்டின் மொட்டை மாடி. கத்தரி, தக்காளி, வாழை, கொய்யா, மரவள்ளி இப்படி அந்த வீட்டுக்குத் தேவையான பலவும் அந்த மாடியில் விளைந்தன. அந்த வீட்டுக்காரர் பெயர் டோஷி. இவர், இந்தியப் பிரதமராக இருந்த மொரார்ஜி தேசாயின் பரமவிசிறி.

இந்தியா சுதந்திரம் பெற்ற நிலையில் மும்பையில் ஒரு ரசாயன உரக்கடை திறந்தார் டோஷி. அப்போது, நேரு அமைச்சரவையில் நிதி அமைச்சராக இருந்தார் மொரார்ஜி தேசாய். அவரை திறப்பு விழாவுக்கு அழைத்தார் டோஷி. கடையைத் திறந்து வைத்துப் பேசிய தேசாய், "கிராமத்து உழவர்கள் நிறைய கீரை, பழம், காய்கறி, கிழங்கு போன்றவற்றை உற்பத்தி செய்து நகரவாசிகளுக்கு அனுப்பி வைக்கிறார்கள். அவற்றின் கழிவுகள், நகரத்திலேயே குவிந்து கிடந்து சுகாதாரக் கேடுகளைத் தோற்றுவிக்கின்றன. இவற்றைக் கலவை (கம்போஸ்ட்) எருவாக மாற்றி கிராமத்துக்கு அனுப்பி வைத்தால், விவசாயிகள் நகரத்தவருக்கு இன்னும் அதிகமான காயும் கனியும் அனுப்பி வைப்பார்கள். அப்படியிருக்கும்போது எதற்காக 'போதைப் பொருள்' போன்ற உப்பு உரங்களை (ரசாயன உரங்கள்) உழவர்கள் தலையில் கட்ட வேண்டும்..?" என்று கேட்டார்.

அவரின் பேச்சை உள்வாங்கிய டோஷி, மும்பை நகரக் கழிவுகளை, கலவை எருவாக மாற்றும் பணியில் இறங்கினார். கலவை எரு விற்பனைக் கடையாக தன்னுடைய உரக்கடையை மாற்றினார். அதைத் தொடங்கி வைக்கவும் அவர் அழைத்தது மொரார்ஜியைத்தான்.

"கழிவை எருவாக்கக் கற்றுவிட்டீர்கள் என்பது நல்ல விஷயம். இதைக் கொண்டு காய், கனி உற்பத்தி செய்யவும் நீங்கள் கற்றுக் கொண்டால் என்ன?" என்ற கேள்வியை எழுப்பினார் தேசாய். அதன் விளைவாகத்தான் தன் வீட்டு மாடியை காய் - கனித் தோட்டமாக மாற்றினார் டோஷி.

இந்தியாவில் இந்தக் கலவை (கம்போஸ்ட்) எரு தயாரிப்புக்கு முன்னோடியாக இருந்தவர்... ஆல்பர்ட் ஓவார்டு. இங்கிலாந்து நாட்டவரான இவர்தான், அமெரிக்காவில் இயற்கை உழவாண்மையை வளர்த்தெடுத்த ரொடேலுக்கு ஆசிரியர். ஆல்பர்ட் ஓவார்டு 1905-ல் இந்தியாவுக்கு வந்தார். இவர் தாவரவியலில் பொருளியல் நிபுணர். இந்திய உழவாண்மை ஆராய்ச்சி நிறுவனத்தை (IARI) 1916-ம் ஆண்டு தோற்றுவித்தவர் ஆல்பர்ட் ஓவார்டு. ஒன்பது ஆண்டுகள் அதன் தலைவராகவும் இருந்தார். 1935-ம் ஆண்டு வரை அங்கே பணி புரிந்தார். முடிவில், தன்னுடன் பணி புரிந்த இங்கிலாந்து பெண்ணுடன் இணைந்து ஒரு புத்தகம் எழுதினார். அந்தப் புத்தகத்தின் பெயர், 'உழவாண்மை ஆவணம்' (Agricultural testament).

அட.... மனுஷனை விட மாட்டு கோமியத்துக்கு அவ்வளவு பவரா..?

கொஞ்சம் பின்னோக்கிச் செல்வோம். 1905-ம் ஆண்டில் இந்தியா வந்த ஆல்பர்ட் ஓவார்டு ஒன்றை கவனித்தார். அரசுத் துறை நிபுணர்கள் பராமரித்த ஆராய்ச்சி பண்ணைகளில் வளர்ந்து கிடந்த பயிர்களைவிட, உழவர்களின் பராமரிப்பில் வளர்ந்த பயிர்கள் கூடுதலாக விளைச்சல் தந்தன. அது கண்ட ஓவார்டு சத்தமாகச் சொன்னது-

"அடுத்த ஐந்தாண்டுகள் இந்திய உழவர்கள் எனக்கு ஆசிரியராக இருப்பார்கள்!"

சொன்னதோடு செயலிலும் உடனடியாக இறங்கினார். இன்றைக்கு மத்தியப் பிரதேசம் என்றழைக்கப்படும் பகுதியில் இருக்கும் இந்தோர் (இந்தூர்) நகரத்தில் ஒரு ஜமீன்தாரிடம் 300 ஏக்கர் நிலத்தை வாடகைக்கு வாங்கினார். அலுவலகம், மாட்டுத் தொழுவம், ஆராய்ச்சிக் கூடம் என்று ஏற்படுத்தினார். மாடுகளை வாங்கிக் கட்டினார். பயிர் சாகுபடி தொடங்கினார். மாட்டுச் சாணியை மட்டுமல்ல, மாட்டின் மூத்திரத்தையும் சேமிக்க வேண்டும் என்பதை இந்திய உழவர்களிடம் அவர் கற்றுக் கொண்டார். வெயில் படும் நிலத்தில் ஒரு குழிவெட்டி எருவைச் சேமிப்பது நம்மவர்கள் வழக்கம். அதையே கொஞ்சம் மாற்றி, நிழல் பரப்பில் குழியெல்லாம் வெட்டாமல் நிலத்தின் மீதே எருவைச் சேமித்தார்.

ஆல்பர்ட் ஓவார்டு

அந்தப் புத்தகம்...

இதேபோல நம்மவர்கள் பயன்படுத்திய முறைகளில் சின்னச்சின்ன மாற்றங்களை செய்து அதை மேலும் மெருகூட்டினார். மாட்டு மூத்திரத்தைச் சேமிப்பதற்காகப் பயிர் செடிகளின் கழிவுகளை மாட்டுத் தொழுவத்தில் பரப்பினார். வாரம் ஒரு முறை மூத்திரம் ஊறிய கழிவுகளைச் சுரண்டி, எருமுட்டில் சேர்த்தார். மாடு கட்டும் இடத்தில் தோட்டத்து மண்ணைப் பரப்பினார். வாரம் ஒரு முறை அந்த மண்ணைச் சுரண்டி எருவுடன் சேர்த்தார். வாரம் ஒரு முறை, எருமுட்டை மண்வெட்டியால் புரட்டிக் கொடுத்து சாணத் தண்ணீரைத் தெளித்தார். இப்படி உருவான எருவை நிலத்துக்கு இட்டபோது, ஆண்டுக்கு ஆண்டு பயிர் விளைச்சல் உயர்ந்தது. பயிர் ஆரோக்கியமாக இருந்தது.

ஐந்து ஆண்டுகளுக்குப் பிறகு ஓவார்டு எழுதியது-

"இந்திய உழவர்கள், இந்த ஐந்து ஆண்டுகளாக எனக்குப் பேராசிரியர்களாக இருந்தார்கள். இந்தியாவில் வாழும் பூச்சிகளும் எனக்குப் பேராசிரியர்களாக இருந்தார்கள்."

கலவை தயாரிப்பு ஆராய்ச்சிக்கு ஊடே ஓவார்டு காட்டுக்குள் சென்று பார்த்தார். அங்கே யாரும் உரமூட்டைகளைக் கொண்டு செல்லவில்லை. யாரும் ஸ்ப்ரேயர்களை முதுகில் சுமந்துசெல்ல வில்லை. பூச்சிகள் பறக்கத்தான் செய்கின்றன. செடி, கொடி, மரங்களின் வளர்ச்சிக்கு எல்லையே இல்லை. இதையெல்லாம் பார்த்துவிட்டு வந்து ஓவார்டு எழுதினார்.

"பூச்சிகள் நமக்கு இரண்டைப் போதிக்கின்றன. ஒன்று, அட முட்டாளே... தவறான பருவத்தில் விதை விதைத்திருக்கிறாய். இரண்டு, அட முட்டாளே... உன்னுடைய விதையானது சொத்தை விதை."

ஓவார்டு காலத்திலேயே ஐரோப்பாவிலும் அமெரிக்காவிலும் ரசாயன உரங்களும் பூச்சிக்கொல்லிகளும் புழக்கத்துக்கு வந்துவிட்டன. அவை, தீங்கு பயப்பன. மண்ணை வளப்படுத்தும்

நுண்ணுயிர்களை அழிப்பன என்று அவர் கண்டித்தார். நிலத்தில் ஒரு சாண் அளவுக்குள் இருக்கும் மேல் மண்ணே பயிர்வளர்ப்பில் முக்கியம். அந்த மேல்மண்ணில் கோடி கோடியாக நுண்ணுயிர்கள் உள்ளன. அவை தாவரங்கள், விலங்குகளின் கழிவுகளைச் சிதைக்கின்றன. பயிர் வளர்ச்சிக்குத் தேவையான தனிமங்களை செடிகளுக்கு ஊட்டி விடுகின்றன. சிதைவுக்கும் வளர்ச்சிக்கும் இடையில் நுண்ணுயிர்கள் பாலமாக அமைகின்றன. 'ஆவதுவும் எம்மாலே! அழிவதும் எம்மாலே!' என்று இந்த நுண்ணுயிர்கள் ஓவார்டுக்கு புரிய வைத்தன. இந்த நுண்ணுயிர்களை ரசாயனம் அழிக்கும் என்பதாலேயே எந்திரங்களையும் ரசாயனங்களையும் அவர் எதிர்த்தார்.

அவர் கண்டுபிடித்த, 'இந்தோர் முறைக் கலவை எரு தயாரிப்பு' என்பதுதான் நகரக் கழிவுகளை கலவை எருவாக மாற்றுவதில் பயன்படுத்தப்பட்டது. ஆனால், அந்தோ பரிதாபம்! நாகரிக வளர்ச்சி மிகுந்து... பிளாஸ்டிக், செருப்பு, கண்ணாடி, இரும்பு அனைத்தும் நகரக் குப்பைகளில் கலந்து கொண்டிருப்பதால், அவற்றைக் கொட்டப் புதுப்புது இடங்களைத் தேடிக் கொண்டிருக்கிறோம்.

நாட்டில் சேரும் குப்பைகளை மட்டும் எருவாக மாற்ற முடியுமானால், ரசாயன உரத்துக்கு அரசாங்கம் ஒதுக்கும் 33 ஆயிரம் கோடி ரூபாய் மானியம் மிச்சமாகும். வீட்டுக்கு இரண்டு பசுமாடுகளும் இரண்டு உழவு மாடுகளும் கொடுத்துத் தொழுவமும் கட்டிக் கொடுக்க முடியும்.

மும்பையில் டோஷி செய்தது போல் செய்தால் குறு, பெரு, நகரம் முழுவதும் காய்கறி, பழம், கிழங்கு, கீரை, பூ, முட்டை, பால் உற்பத்தி செய்யலாம்.

எல்லோருக்கும் வேலை, நஞ்சில்லா உணவு, நோயில்லா வாழ்வு, சுகாதாரமான நகரம், டீசல் பயன்பாடு குறைவு, வெப்பக் கூடாரப் பாதிப்புக்கு எதிரான நடவடிக்கை என்று பலவற்றுக்கும் தீர்வு ஆல்பர்ட் ஓவார்டு காட்டிய நெறியில் உள்ளது.

வெள்ளையர் விதைத்த பஞ்சம்!

"இந்தியாவின் உழவாண்மை மிகவும் பிற்போக்கானது. உழவர்கள் பழைய மரக்கலப்பையைப் பயன்படுத்துகிறார்கள். பசுக்கள், ஐரோப்பியப் பசுக்களைப் போல் நிறைய பால் கறக்கவில்லை. இந்திய உழவர்கள் திறமை இல்லாதவர்கள். ஆதலால் போதிய விளைச்சல் இல்லை. நாடெங்கும் பஞ்சம் தலை விரித்தாடுகிறது!"

-இங்கிலாந்து ராணிக்கு வெள்ளைக்கார துரை ஒருவரால் எழுதப்பட்ட கடிதம் இது. 1880-ம் ஆண்டில் இந்தியாவில் ஏற்பட்ட கடுமையான பஞ்சத்துக்குப் பிறகுதான் அவர் இப்படி எழுதினார்.

இந்தியாவில் இப்படியொரு பஞ்சம் ஏற்படுவதற்கு என்ன காரணம்? முதலில் கடை விரித்து... கடைசியில் நம் தலை மீதே ஏறி அமர்ந்த பிரிட்டீஷ் கிழக்கிந்தியக் கம்பெனியின் ஆட்சிதான் காரணம். அவர்கள் இங்கே கால் பதித்த பிறகு, பத்தாண்டுகளுக்கு ஒரு முறை பஞ்சம் தலை விரித்தாடுவது தொடர்கதையாகிப் போனது. கடும்பஞ்சம் ஏற்பட்ட 1880-ம் ஆண்டுக்கு நூறு ஆண்டுகளுக்கு முன்பாக... அதாவது, 1770-களில் இந்தியாவின் முதல் கவர்னர் ஜெனரலாக இருந்த வாரன் ஹேஸ்டிங்ஸ் போட்ட சட்டம்தான் எல்லாவற்றுக்கும் மூலகாரணம். 'விளைச்சலை மூன்று பங்காகப் பிரிக்க வேண்டும். ஒரு பங்கு, கிழக்கிந்தியக் கம்பெனிக்கு; இரண்டாவது பங்கு, கம்பெனிக்கு வரி வசூலித்துக் கொடுக்கும் ஜமீன்தாருக்கு; மூன்றாவது பங்கு, உழுது... விதைத்து... அறுத்த உழவனுக்கு. இப்படிப் போடப்பட்ட சட்டத்தின் விளைவாகத்தான் இங்கே பஞ்சம், மஞ்சத்தில் ஏறி அமர்ந்து கொண்டு ஆட்டம் போட ஆரம்பித்தது.

1880-ம் ஆண்டு பஞ்சத்தின் தன்மையை ஆங்கிலேயரான அன்ட்டா என்பவர் எழுதி வைத்திருப்பதை படித்தால் இப்போதும் கூட நெஞ்சு பதறுகிறது... 'வங்காளத்தில் உழவர்கள்

வாரன் ஹேஸ்டிங்ஸ்

மாடு, கலப்பை, மண்வெட்டியை விற்று விட்டார்கள். விதை நெல்லைக் குற்றி உலையிலிட்டார்கள். மகனை, மகளை விற்றார்கள். வாங்குவதற்கு ஆள் இல்லை என்றாகும் வரை விற்றார்கள். பிழைத்திருந்தவர்கள்... பிணங்களைத் தின்றார்கள். செத்தவர்களைப் புதைக்கவோ, எரிக்கவோ ஆள் இல்லை. நாய், நரி, கழுகு தின்று தீர்க்க முடியாத அளவுக்குப் பிணங்கள் குவிந்து கிடந்தன' (பார்க்க: 'இந்திய உழவாண்மை வளர்ச்சி வரலாறு').

ஆனாலும், உழவன் விளைவித்ததைக் கொள்ளை கொண்டு போகும் செயலை, கிழக்கிந்திய கம்பெனி குறைத்துக் கொள்ளவில்லை. 'உழுதவன் கால் வயிற்றுக் கஞ்சியாவது குடிக்கிறானா?' என்று கூட பார்க்காமல், இப்படி கொள்ளை கொண்டு போனதாலும்... உணவுப் பயிர் விளைந்த நிலத்தை வாணிபப் பயிருக்கு மாற்றியதாலும்தான் பஞ்சம் ஏற்பட்டது. இதைக் கேள்விப்படும் எவரும் ஆட்சியாளர் முகத்தில் காறி உமிழ்வார்கள். ஆனால், இங்கே ஆட்சியை கவனித்துக் கொண்டிருந்த துரைகளோ... 'இந்திய உழவாண்மை பிற்போக்கானது' என்று தங்களின் ராணிக்கு கடிதம் எழுதினார்கள். அதன் விளைவாக இங்கிலாந்திலிருந்து இந்தியாவுக்கு அனுப்பி வைக்கப்பட்டவர், ஜான் அகஸ்டன் வால்க்கர். இங்கே ஓராண்டு காலம் தங்கி, நாடு முழுவதும் சுற்றிப் பார்த்து, விரிவான அறிக்கையை ராணிக்கு அனுப்பி வைத்தார் வால்க்கர். அதைப் படித்துப் பார்த்தாலே போதும்... இந்திய உழவாண்மையை கேலி பேசுவோர் வாயை மூடிக் கொள்வார்கள்

பயிர்த் தொழிலில் இந்திய உழவர்களின் மதிநுட்பத்தைப் பாராட்டியதில் ஆல்பர்ட் ஓவார்டுக்கு முந்தையவர் இந்த வால்க்கர். கிராமத்துப் பெண், தலையில் ஒரு தவலை, இடுப்பில் ஒரு குடம், வலது கையில் ஒரு செம்பு... இப்படித் தண்ணீர் சுமந்து கொண்டு போன காட்சி கூட, அவரைக் கவர்ந்தது. 'இந்திய உழவர்களுக்குக் கற்றுக் கொடுக்க எதுவுமே இல்லை. நான்தான் அவர்களிடம் ஒன்றைக் கற்றுக் கொண்டேன். ஒரு மழைக்குப் பிறகு, மண் இறுகிப் போவதால் மண்ணில் காற்றோட்டம் குறைகிறது. அதனால் நிலத்தைக் கிளறிக் கொடுப்பதற்காகக் களைக்கொட்டுடன் நிலம் நோக்கி நடக்கிறார்கள். இது இந்திய உழவர்களிடம் நான் கற்றது' என்று சிலிர்த்துப் போய் எழுதியிருக்கிறார் வால்க்கர்.

உழவர்கள் விதம் விதமான பயிர் ரகங்களை வைத்திருந்தது அவருக்கு வியப்பை ஏற்படுத்தியிருக்கிறது. மலபார் பகுதியில் (இன்றைய கேரள மாநிலத்திலிருக்கும் பகுதி) நெல்லில் மட்டுமே 50 ரகங்கள் பயிரிடப்பட்டிருந்ததைப் பார்த்துவிட்டு, '50 ரகங்களுக்கும் தனித்தனிப் பெயர் வைத்திருக்கிறார்கள். அவற்றின் பண்புகளை விளக்குகிறார்கள். இந்திய உழவரின் கலப்பை பத்து அல்லது பன்னிரண்டு கிலோ எடை நிற்கிறது. தோளில் சுமந்தபடி வயல் வரப்புகளில் நடக்கிறார் உழவர். இங்கிலாந்திலிருக்கும் 35 கிலோ எடையுள்ள இரும்புக் கலப்பையை எடுத்துச் செல்வது எப்படி?

இந்திய உழவரது மரக்கலப்பை 'V' வடிவத்தில் படை சால் போடுகிறது. அதனால் புல், களை வெளிப்படுகிறது. ஏரின் பின்னால் நடக்கும் உழவர் வீட்டுப்பெண், களையைப் பொறுக்கி விடுகிறார். நம்முடைய இரும்புக் கலப்பை உழவு அப்படிப் பட்டது அல்ல. மேல் மண்ணை அடியிலும் அடிமண்ணை மேலுமாகப் புரட்டிப் போட்டு விடுகிறது. அதனால், புல்லும் களையும் புதைந்து போகிறது. மீண்டும் செழித்து வளர்கிறது. நாட்டுக் கலப்பை பழுதுபடும்போது உள்ளூரிலேயே சரி செய்து கொள்கிறார்கள். இரும்புக் கலப்பை பழுதானால், மாவட்டத் தலைநகருக்கு எடுத்துச் செல்ல வேண்டியுள்ளது' என்று இந்தியக் கலப்பையைப் பற்றி அலசியிருக்கும் வால்க்கர், நம் மாடுகளைப் பற்றியும் பேசுகிறார்.

'இந்தியாவில் பாலுக்காக மட்டும் மாடுகள் வளர்க்கப்படவில்லை. நிலத்தை உழுவதற்கும், கன்றுகள் பெற்றுத் தருவதற்கும், எருவுக்காகவும் பசு மாடுகள் பராமரிக்கப்படுகின்றன.

இந்திய எருமை தரும் பாலில் உள்ள வெண்ணெய், ஆங்கிலப் பசும்பாலில் உள்ள வெண்ணெயை விடவும் அதிகம். இந்தியர்களின் எருமைப் பாலின் மதிப்பு, ஆங்கிலப் பசும்பாலின் மதிப்பை விடவும் அதிகம். மேலே சொல்லப்பட்ட காரணங்களால் ஐரோப்பாவில் இருந்து பசு மாட்டை இறக்குமதி செய்ய அவசியம் இருக்கவில்லை' என்று சொல்லியிருக்கும் வால்க்கர், கூடுதலாக ஒரு செய்தியையும் தருகிறார்.

'சென்னை - ராயப்பேட்டையில் ஒரு பசுவைப் பார்த்தேன். அது நெல்லூர் பசு. (நமது ஓங்கோல் பசுவையே குறிப்பிடுகிறார்). பருத்திக்கொட்டை, புண்ணாக்கு, தவிடு, சோளத்தட்டையெல்லாம் கொடுத்தால் நெல்லூர் பசு ஒரு நாளைக்கு ஒன்பது கிலோ பால் கொடுக்கிறது.

கோவை மாவட்டத்தில் பார்த்தேன். உழவர்கள், மாடுகளைக் குடும்ப உறுப்பினர்களாகவே பார்க்கிறார்கள். தங்கள் உணவுக்கு நிலம் ஒதுக்குவது போலவே மாடுகளின் உணவுக்காகத் தனியாக

நிலம் ஒதுக்கித் தீவனம் பயிர் செய்கிறார்கள். அதனை அறுவடை செய்து போர் போட்டு வைத்துக் கொள்கிறார்கள். கோடையில்... புல் இல்லாத காலத்தில்... அதை உணவாகக் கொடுக்கிறார்கள்'

-இந்தியர்களின் பல்லுயிர் பேணும் பண்பு கண்டு இப்படியாக உருகி உருகிப் பேசும் வால்க்கர்,

'பயிர் சாகுபடியைப் பொறுத்தவரை ஒரே ஒரு குறைபாட்டைத்தான் பார்க்கிறேன். மனித மலத்தை எருவாகப் பயன்படுத்துவது இந்தியாவில் காண முடியவில்லை. அதற்கும் காரணம் உள்ளது. நிலம் மேல் சாதிக்காரர்கள் கையில் உள்ளது. கீழ் சாதிக்காரர்கள் தங்கள் நிலத்தில் மலம் கழிப்பதை மேல் சாதியினர் அனுமதிக்க மாட்டார்கள். அதனாலேயே மலம் இன்னும் எருவாகப் பயன்படுத்தப்படவில்லை. இந்தியாவில் கல்வி வளர்ந்து, சாதிகள் மறையும்போது மலத்துக்கும் பயன்பாடு வந்துவிடும் என்று நம்பலாம் (நிலம் பகிர்ந்தளிக்கப்படாததும்... சாதி ஏற்றத் தாழ்வு மறையாததும் இன்னும் வழக்கில் இருப்பதை நாம் கவனத்தில் கொள்ள வேண்டும்).' என்றும் அறிக்கையில் குறிப்பிட்டிருக்கிறார்.

வால்க்கரின் இந்த அறிக்கை நமக்கு அறிவிப்பது என்ன? உழவியல் தொழில்நுட்பம் என்பது இடத்துக்கு இடம் வேறுபடக் கூடியது. மனித குல வரலாற்றில் மூத்தகுடியான நம்மிடம் மதிநுட்பத்துக்கும் தொழில் நுட்பத்துக்கும் பஞ்சம் இல்லை. வணிகத்துக்குப் பல்லக்கு சுமக்கும் தொழில்நுட்பத்தைப்

உழவுக்கும் உண்டு வரலாறு!

புகுத்தியதாலேயே கடன் பட்டோம். அமெரிக்கா போல்... ஐரோப்பா போல்... நூற்றுக்கு ஒருவர் கிராமத்தில் இல்லை. இங்கு நூற்றுக்கு 65 பேர் கிராமத்தில் வாழ்கிறார்கள். கிராமம் செழித்தால் இன்னும் இருபது சதவிகித பட்டணவாசிகள், கிராமம் திரும்புவார்கள். விதை, நிலம், நாற்றங்கால், நடை, காடு, சந்தை வசதிகள் மேம்படுத்தப்பட வேண்டும். இதன் மூலம் இந்தியாவின் 112 கோடி ஜனங்களும் நஞ்சு இல்லா உணவு உண்ண முடியும். பட்டினியாலும் வட்டிக் கடனாலும் மாந்தர் மடிவதைத் தடுக்க முடியும்.

வாழ்வாதாரங்களைச் சிதைப்பதைத் தடுத்து நிறுத்துவதற்கு 'பச்சைப் புரட்சி'யின் நிறத்தை புரிந்து கொள்வது அவசியம். 1960-களில் இங்கே நடத்தப்பட்டிருக்கும் பச்சைப் புரட்சி... விஞ்ஞானம் அல்ல... வியாபாரம் என்று புரிந்து கொள்வதே முதற்படி. இதில் தெளிவு பெற வேண்டுமானால்... பில் மொக்லிசன் சொல்வதற்குச் செவி சாய்ப்போம்.

கழனி ஒரு கலைக்கூடம்!

'அமெரிக்காவில் வசிக்கும் 2% விவசாயிகள், மொத்த அமெரிக்காவுக்கும் தேவையான உணவை உற்பத்தி செய்கிறார்கள்!'

- மேற்கு நாடுகளின் பயிர்த்தொழிலை வானளாவப் புகழ்பவர்கள், தங்கள் தரப்பு வாதமாக எப்போதும் இப்படிச் சொல்வார்கள்.

இது எந்த அளவுக்கு உண்மை? ஜப்பான் நாட்டு மேதையும் 'ஒற்றை வைக்கோல் புரட்சி'யை அறிமுகம் செய்தவருமான மசானோபு ஃபுகோக்கா அதை அலசுகிறார். "அமெரிக்கக் கிராமங்களில் நூற்றுக்கு இரண்டு பேராக இருக்கும் அந்த உழவர்கள்... டிராக்டர்கள் முதல் கதிர் அடிக்கும் இயந்திரங்கள் வரை அனைத்து இயந்திரங்களையும் ஓட்டி, பூமித்தாயை கண்ணீர் வர கீறிக் கிளறி துவம்சம் செய்கிறார்கள். அதன் பிறகு நிலத்தை உழுது, விதைத்து, ரசாயன உரங்களைக் கொட்டி, அறுவடை செய்கிறார்கள் என்பதே உண்மை!" என்கிறார் ஃபுகோக்கா.

உண்மையின் மறுபக்கம் எப்படி உள்ளது பாருங்கள்!

அமெரிக்க விவசாயப் பண்ணையாளர்களுக்குத் தேவையான இயந்திரங்கள், ரசாயன உரம், பூச்சிக்கொல்லி மருந்து, விதை உற்பத்தி என்று எல்லாவற்றையுமே செய்பவர்கள் இருப்பது பட்டணத்தில். இறைச்சி, கோதுமை, பிற பண்டங்களைப் பதப்படுத்தி டப்பாவில் அடைப்பவர், பொட்டலம் மடிப்பவர் வாழ்வது பட்டணத்தில். இவை அனைத்துக்குமான தொழில்நுட்பத்தை உருவாக்குபவர் பட்டணத்தில். இவ்வளவு தேவைக்கும் வேண்டிய எரிசக்திகளான மின்சாரம், பெட்ரோலை உற்பத்தி செய்பவர் பட்டணத்தில். ஆக, அமெரிக்கா முழுவதுமே உணவு உற்பத்தியில் ஈடுபட்டுள்ளது என்பதுதான் உண்மை.

உழவுக்கும் உண்டு வரலாறு!

அது மட்டுமல்ல இந்தியாவில் இருந்து மீன், இலங்கையிலிருந்து தேயிலை, ஜப்பானிலிருந்து மாட்டிறைச்சி, ஆப்பிரிக்காவிலிருந்து முந்திரி, பிரேசிலிலிருந்து வாழைப்பழம், மெக்சிகோவிலிருந்து சோயா மொச்சை என்று எல்லாவற்றையும் இறக்குமதி செய்ய வேண்டியுள்ளது. இது போல இன்னும் பல... ஆக, அமெரிக்காவில் வாழும் ஒவ்வொரு மனிதர்க்கும் உலகில் உள்ள ஒன்றே கால் மனிதர் உணவு உற்பத்தி செய்கிறார் என்பதே அப்பழுக்கற்ற உண்மை.

இந்தியக் கிராமங்களில் வாழும் 65 கோடி விவசாயிகளும், விவசாயத் தொழிலாளர்களும், 112 கோடி இந்தியருக்கு மட்டுமல்லாமல் அமெரிக்கா, ஐரோப்பா, அரேபியா உள்ளிட்ட வளைகுடா நாடுகளில் வாழும் மனிதர்களுக்கும் உற்பத்தி செய்கிறார்கள். குறைந்த அளவு பார்த்தாலும் இந்திய உழவர் ஒருவர், ஒன்றரை மனிதருக்கான உணவை உற்பத்தி செய்கிறார்.

'இப்போது முடிவுக்கு வருவோம். எந்த உற்பத்தி முறை திறமை வாய்ந்தது? நாம் வாழும் பூமி நிலைத்து நீடித்திருக்க நாம் பின்பற்றப்போவது எந்தப் பாதையை? வருங்காலத் தலைமுறைக்கு எதைக் கைமாற்றிக் கொடுக்கப் போகிறோம்? உடனடியாகக் கிடைக்கும் லாபத்துக்காக வாழ்க்கை ஆதாரமான நிலம், நீர், விதை, காடு, கடல், கால்நடைகளை அழிய விடப்போகிறோமா?' -இப்படியெல்லாம் கேள்வி எழுப்புகிறார் ஆஸ்திரேலியப் பேராசிரியர் பில் மொல்லிசன்.

தனது தாய்மண்ணில் இயற்கைச் செல்வங்கள் அழிவதை, தன் மக்கள் வறுமையிலும் நோயிலும் வாடுவதை பில் மொல்லிசனால் பொறுத்துக் கொள்ள முடியவில்லை. ஆதலால் கல்லூரிப் பணியைத் துறந்தார். முப்பத்துமூன்று இடங்களில் பழங்குடி மக்கள் மத்தியில் வாழ்ந்தார். பிறகு நிரந்தர உழவாண்மை (Permanent Agriculture) குறித்துப் புத்தகங்கள் எழுதினார்.

நிலைத்த - நீடித்த உழவு, நமது நாட்டில் பல்லாயிரம் ஆண்டுகளாக அப்படித்தானிருந்திருக்கிறது. 2000-ம் ஆண்டுகளுக்கு முன்பு குறள் தந்த வள்ளுவர், 'உழவன் என்பவன் யார்?' என்று சொல்கிறார் 'உழவன் பிச்சை எடுக்க மாட்டான். பிச்சை எடுப்பவருக்குக் கொடுப்பான். ஒளித்து வைக்க மாட்டான். தனது சொந்த முயற்சியால் உழுதுண்டு வாழ்பவன்' என்று சொல்கிறார்.

'இரவார்; இரப்பார்க்கொன் றீவர் கரவாது

கைசெய்தூண் மாலை யவர்.'

அப்படிப்பட்ட வாழ்க்கை இயற்கை விதிகளோடு இயைந்த வாழ்க்கை. பட்ஜெட்டில் என்ன வரப் போகிறதோ(?) என்று காத்திருந்து, 'நாய்க்கு பிஸ்கெட் மட்டும்தானே வந்தது' என்று கலங்காத வாழ்க்கை.

ஒரு நாள் பில் மொல்லிசன், எந்த ஒரு விவசாய வல்லுநரும் அதுவரை செல்லாத ஒரு காட்டுக்குள் போயிருந்தார். பழங்குடி மக்கள் தலைவரிடம் ஒரு கேள்வி எழுப்பினார். 'நீங்கள் உழவுகூட செய்யாமல் பயிர் விளைவிக்கிறீர்கள். சமவெளியில் வாழும் பண்ணையார் டிராக்டர் கொண்டு நிலத்தை உழுது ரசாயனங்களைக் கொட்டிப் பயிர் செய்கிறார். இரண்டுக்கும் உள்ள வேறுபாடு என்ன?' என்று கேட்டார்.

மக்கள் தலைவர், 'நாங்கள் இயற்கைத் தாயின் மடியில் இருந்து கொண்டு தாயின் மார்பில் பால் குடிக்கிறோம். டிராக்டர் பண்ணையார், தாயின் மார்பகங்களை அறுத்து ரத்தத்தைக் குடிக்கிறார்' என்று பதில் கூறியுள்ளார்.

பச்சைப் புரட்சியின் பின்விளைவாக நிலம் கெட்டுக் கிடப்பதற்கான விடை மேலே கண்ட பதிலில் நமக்குக் கிடைக்கிறது. 'போதும் என்ற மனமே பொன்செய்யும் மருந்து' என்பது நம் கிராமப்புறங்களில் வழக்காற்றில் உள்ள ஒரு பழமொழி. இதையே பில் மொல்லிசன், 'ஜஸ்ட் எனஃப்' (Just Enough) என்பதே கொள்கையாக அமைய வேண்டும். அளவுக்கு மிஞ்சிய எந்த உற்பத்தியும் சூழலை மாசுபடுத்தும் என்றார். கரும்பும் நெல்லும் உற்பத்தி செய்து கண் கலங்குவோருக்கு இந்தப் புரிதல் வேண்டும்.

பில் மொல்லிசன் மற்றொரு உண்மையையும் வெளிக்கொண்டு வருகிறார். மனிதர்கள் கற்பனைத்திறம் கொண்டவர்கள். படைப்பாற்றல் மிக்கவர்கள். விவசாயத்தில் நிலத்தைக் கொத்துவது, சமப்படுத்துவது, வரப்பெடுப்பது என்று செய்ததையே திரும்பத் திரும்பச் செய்யும்போது மனிதர் சலிப்படைகிறார். உழவர்கள் மாடாக உழைப்பதால்தான் விவசாயத் தொழிலில் இளைஞர்களுக்கு நாட்டம் இல்லை.

கால் ஏக்கர் நிலத்தில் உணவுப்பயிர் சாகுபடிசெய்தால் அதை ஒட்டி முக்கால் ஏக்கர் நிலத்தில்... கால்நடை இருப்பிடம், மேய்ச்சல் நிலம், தழை எரு தரும் மரம், செடி, கொடிகள், மண்புழு தயாரிப்பு இவற்றுக்கு இடம் ஒதுக்கப்பட வேண்டும். அந்த இடம் பழம், கீரை, தீவனம், விறகு, பலகை, மருந்து வழங்கக்கூடிய காடாகவே அமையலாம். நீர் சேமிக்கும் பரப்பாகவும், மீன் வளர்க்கும் பரப்பாகவும் அது மாறலாம். மரங்களில் கூடு கட்டும் பறவைகள் பூச்சிகளைப் பிடிக்கும். வெவ்வேறு பயிர்களுக்கு வேறு வேறு சூழ்நிலைத் தேவைப்படுகிறது. தட்ப - வெப்ப நிலையும் மாறுபடுகிறது. அதற்கேற்ப பண்ணையை வடிவமைக்க வேண்டும்.

தோட்டத்தைச் சுற்றி வேலி காக்கும் மரங்களை வளர்க்க வேண்டும். கருவேல், வெள்வேல், கொடுக்காய்புளி, இலந்தை என்று வளர்க்கலாம். இவை தோட்டத்துக்கு வேலியாக காவல் அரணாக இருக்கும். இந்த வேலியை அடுத்து, பறவைகளை வரவழைக்கும் மரங்களான நாவல், இலுப்பை, செர்ரி போன்றவைகளும் அவற்றை அடுத்து பலகை மரங்களான தேக்கு, குமிழ், செஞ்சந்தனம், கடம்பு, வேங்கை, மருதம், பூவரசு ஆகியவற்றையும் வளர்க்கலாம். அதற்கடுத்துப் பழவகை மரங்கள், அவற்றின் ஊடே இலை - தழை கொடுக்கும் மரங்கள் என்று கழனி ஒரு கலைக்கூடமாக,

கண்காட்சித் திடலாக, சோலையாக மாறினால், அது மகிழ்ச்சி தரும் பொழுதுபோக்கு இடமாகவும் மாறும்.

உள்ளே வளர்ப்பு விலங்குகளும் வளர்ப்பில்லா விலங்குகளும் உலவும். புல், பூண்டுகளில் மேயும் ஆடு, மாடு, குதிரை, கோழி, வாத்து, குயில், மயில், அணில், முயல் அனைத்தும் நம் சலிப்பு நீக்கும். அப்போது அது நிரந்தரப் பண்ணையம் என்பதாக இருப்பதோடு நிரந்தர வாழ்வகமாகவும் அமையும்.

பில் மொால்லிசனுடைய கொள்கைகளில் மற்றொன்று பண்ணைக்கு வரும் ஆற்றல் யாவும் பண்ணைக்குள்ளேயே சேமிக்கப்பட வேண்டும். தண்ணீர், காற்று, சூரிய ஒளி ஆகிய ஆற்றல்கள் சேமிக்கப்பட வேண்டும். ஒவ்வொரு தேவையையும் நிறைவு செய்ய பல பொருள்கள் விளைய வேண்டும். எடுத்துக்காட்டாகப் பசியைப் போக்க தானியங்கள், பழங்கள், கீரைகள், கிழங்குகள், கால்நடை தரும் பண்டங்கள் இப்படிப் பல வகையும் உணவில் சேரும்போது ஆரோக்கியமான உடலும் அமையும். ஆனந்தமும் குடி கொள்ளும்.

இதைப் போலவே ஒவ்வொரு பொருளுக்குமான பல்வேறு பயன்கள் குறித்தும் அறிந்திருக்க வேண்டும்.

எடுத்துக்காட்டாக நமது வைக்கோலைப் பார்ப்போம். அறுவடைக்குப் பின் அறுத்ததைக் கட்டி களம் சேர்க்க ஆக்கை (கயிறு) ஆகிறது. களம் சேர்ந்த விளைச்சலைக் கையில் பிடித்து அடிக்க, அடி பருத்து நுனி சிறுத்த கோட்டுப்பழுதை ஆகிறது. ஆக்கையை ஒன்று சேர்த்து முடிந்தால் ஊஞ்சல் கயிறு ஆகிறது. அடித்துக் குவித்த நெல்லை மூடிவைக்க போர்வையாகிறது. களத்திலே காவல் இருப்போருக்கு மெத்தையாகிறது. போரில் ஏறிய வைக்கோல், கால்நடைத் தீவனமாகிறது. கூரைப் பொருளாகிறது. விதை நெல்லைச் சேமித்து வைக்கக் கட்டப்படும் கோட்டைக்கு மூலப் பொருளாகிறது. நெல்லைச் சேமிக்கக் களஞ்சியமாகிறது. குப்பை அள்ளும் வண்டிக்கு தடுப்பாகிறது. அடுப்பு பற்ற வைக்க எரிபொருளாகிறது. எரிந்து கரியாகி விளக்கெண்ணெயுடன் சேர்த்து அச்சாணி தேயாமல் காக்கும் மையாகிறது. காணாமற் போய்க்கொண்டிருக்கும் வைக்கோலுக்குத்தான் எத்தனை பயன்பாடு!

இப்படியாக பில் மொல்லிசன் கூறும் உத்திகள் பண்ணையைத் தற்சார்புள்ளதாக மாற்றுகிறது. கூடவே, மனிதர்களைப் படைப்பாளியாக உயர்த்தவும் செய்கிறது.

கேட்பதும் பொய்! காண்பதும் பொய்!

கோவில்பட்டி, மண்டல ஆராய்ச்சி நிலையம். கரிசல் காட்டுப் பண்ணை 158 ஏக்கர் பரப்பு. 1964 - 69-ம் ஆண்டுகளுக்கு இடையில் நான் அங்கு விஞ்ஞானியாகவும் பண்ணை நிர்வாகியாகவும் பணியாற்றினேன்.

காங்கேயம் மாடுகள், கமலை ஏற்றத்தில் முன்னும் பின்னும் போய்க் கொண்டிருக்கின்றன. தண்ணீர், தோட்டத்துக்குள் பாய்கிறது. தோட்டம் பாத்தி பாத்தியாகப் பிரிக்கப்பட்டுள்ளது. இங்கு ஆராய்ச்சியில் ஈடுபட்டிருப்பவர் மாலதி. இவர், துணைவேதியியல் நிபுணர். கம்பு பயிர் செய்திருக்கிறார். தழை, மணி, சாம்பல் சத்துக்களை வேறு வேறு மட்டங்களில் இட்டுக் கம்பு விதைத்திருக்கிறார். விதைப்புக்கு முன்பே மண்ணைச் சோதித்திருக்கிறார். எவ்வளவு தழை, மணி, சாம்பல் சத்து மண்ணில் இருந்தது என்று தெரியும். எவ்வளவு கொடுத்திருக்கிறார் என்று எழுதி வைத்துள்ளார். அறுவடைக்குப் பின்பும் மண்ணைச் சோதிப்பார். இதன் மூலம் எவ்வளவு தழை, மணி, சாம்பல் சத்து கம்புப் பயிர் எடுக்கிறது என்பதைக் கண்டறிவது சோதனையின் நோக்கம்.

இச்சோதனை சமயத்தில்தான் இயற்கை குறுக்கே விளையாட்டுக் காட்டியது.

பாதி நிலம் தண்ணீர் பாய்ந்திருந்த நிலையில் மழை பெய்யத் தொடங்கியது. பெரியசாமி நாயக்கர் வேலையை நிறுத்தி மாடுகளை அவிழ்த்து விட்டார். மழை ஒரு மணி நேரம் கனமாகப் பெய்து ஓய்ந்தது. இப்போது மாலதி கேட்கிறார், தண்ணீர் பாயாத பாதிக்கும் தண்ணீர் பாய்ச்சுவதா... வேண்டாமா? ஒரு பாதிக்கு நீர் பாய்ச்சி, ஒரு பாதி பாய்ச்சாமல் விட்டால் பரிசோதனை பாதிக்கப்படுமா? இது கேள்வி. எவ்வளவு பாய்ச்சினாலும் செடி தேவையானதைத்தானே எடுக்கும். இதுதான் கனமழை பெய்து விட்டதே. மேலும் அப்பயிருக்கத் தண்ணீர் தேவைப்படுமா?

முடிவெடுக்க முடியாமல் மாலதி தவித்தார். சுற்றியிருந்த விஞ்ஞானிகள் நமட்டுச் சிரிப்புச் சிரித்துக் கொண்டிருந்தார்கள்.

லூயி கேர்வரான்

அந்தப் புத்தகம்...

மாலதி, ஒரு மலையாளி. அவர் பேசும் தமிழே சிரிப்பை வரவழைக்கும். 'குதிரைக்காரன் ரொட்டி வாங்கிக் கொடுக்குது; குதிரை ரொட்டி திங்கிறான்' என்ற அவரது மழலைத் தமிழ் அனைவரிடமும் சிரிப்பை வரவழைக்கும். இப்போது, மாலதியின் தவிப்பை ஆணாதிக்க சமூகம் கிண்டலாக எடுத்துக் கொண்டு கேலியாக நமட்டுச் சிரிப்பு சிரித்தது.

மாலதியின் ஆராய்ச்சிக்கு வழிகாட்டியான வேதியியல் நிபுணர் கோவையில் இருந்தார். அதிகமாக நீர் பாய்ந்தால், வேரில் காற்றோட்டம் இல்லாமல் பயிர் அழுகிப் போகும் என்று பெரியசாமி நாயக்கர் சொன்னது மாலதி முடிவு செய்ய வசதியாக இருந்தது.

இது போன்று மண்ணைச் சோதித்து, பயிர் எவ்வளவு சத்துக்களை எடுக்கிறது... எவ்வளவு கொடுக்க வேண்டும்? என்பது போன்ற ஆராய்ச்சி உலகம் முழுவதும் போய்கொண்டிருந்தது. இதற்கெல்லாம் ஒரு முடிவு கட்டியது 'லூயி கேர்வரான்' கண்டுபிடிப்பு.

தான் கண்டுபிடித்ததை 'பயோ லாஜிக்கல்ட்ரான்ஸ் மியூட்டேஷன்' (Biological Transmutation) என்ற புத்தகமாக வெளிக் கொண்டுவந்தார் லூயி கேர்வரான். உயிர்களுக்குள்ளே இருக்கும் மாறுபாடுகளை விளக்குகிறது இந்த நூல். 1959-ம் ஆண்டு லூயி கேர்வரான் இந்த முடிவுக்கு வந்தார்.

ஆனால், விஞ்ஞானிகள் ஒப்புக் கொள்வதாக இல்லை. கண்ணுக்கெதிரில் காட்டப்படுவதுதான் விஞ்ஞானம் என்று அவர்கள் வாதிட்டார்கள்.

அவர்களுக்குப் புரிவது போல் விளக்க, அவருக்குக் காலம் பிடித்தது. தனது கண்டுபிடிப்பை 1973-ம் ஆண்டு தாய்மொழியாம் ஃபிரெஞ்ச் மொழியில் வெளியிட்டார். அதன் ஆங்கிலப் பதிப்பை

'இயற்கை மருத்துவர்' வெள்ளிமலையிடம் 1993-ம் ஆண்டில் வாங்கிப் படித்தேன்.

லூயி கேர்வரான் என்ன சொல்கிறார்?

'ஒவ்வொரு உயிருக்குள்ளும் பல விதச் சுரப்பிகள் சுரக்கின்றன. உள்ளுக்குள் வந்த பொருளை வேறொன்றாக அவை மாற்றுகின்றன. என்ன நடக்கிறது... எப்படி நடக்கிறது? என்று யாராலும் கண்டறிய முடியாது. ஆனால், ஒன்று மட்டும் உண்மை. எது வெளிவருகிறதோ அதையே கொடுக்கத் தேவையில்லை' - லூயி கேர்வரான் இப்படி ஒரு முடிவுக்கு வரக் காரணமாக இருந்த சூழல் எது?

ஃபிரான்சு நாட்டுக் கிராமப்புறத்தில் பிறந்து வளர்ந்தவர் லூயி கேர்வரான். அங்கு கோழிகள் மேய்வதைப் பார்த்திருக்கிறார். எங்கும் பாறைத்துகள்கள். கொஞ்சம் காக்காய்ப்பொன் துகள்கள் (மைக்கா). அவற்றுக்கு நடுவே, கோழிக்கு உணவு என்று கிராம மக்கள் கொடுத்ததெல்லாம் ஓட்ஸ் தானியம்தான் (தினை போன்றது).

விஞ்ஞானியாக வளர்ந்த பிறகு, அவரின் மூளையில் கேள்வி பிறந்தது. 'கோழியின் முட்டையிலும் இறகுகளிலும் சாணத்திலும் சுண்ணச்சத்து (கால்சியம்) கூடுதலாக உள்ளதே... இவ்வளவு சுண்ணச்சத்து, கோழி தின்ற ஓட்ஸ் தானியத்தில் உள்ளதா?'

அந்தத் தானியத்தை ஆய்வு செய்து பார்த்தார். கால்சியம் குறைவாகவே இருந்தது. அந்தத் தானியத்தை ஊற வைத்து முளை கட்டிய பின் சோதித்துப் பார்த்தார். சுண்ணச்சத்தின் அளவு சற்றே கூடி இருந்தது. உயிர்ச் செயல்பாட்டின்போது ஒரு வேதி மூலக்கூறு, மற்றொன்றாக மாறுகிறது என்ற முடிவுக்கு வந்தார். பசு வெள்ளை நிறம் உள்ள பாலைத் தருகிறது. பச்சை நிறம் உள்ள புல்லையே மேய்கிறது. புல்லில் மெக்னீசியம் உள்ளது. பாலில் கால்சியம் உள்ளது. மாட்டின் வயிற்றுக்குள் ஏதோ நடக்கிறது. அது மெக்னீசியத்தை கால்சியமாக மாற்றுகிறது என்ற முடிவுக்கு வந்தார்.

ஆனால், கண்ணால் கண்டதை மட்டுமே நம்புவோம் என்றார்கள் விஞ்ஞானிகள். 'கோழியையோ பசுவையோ அறுத்தால் உயிர் செயல்பாடு நின்றுபோகும். என்ன நடக்கும் என்பதைப் பார்க்க முடியாது' என்று கேர்வரான் வாதிட்டார்.

வேறு வழியின்றி லூயி, நான்கு எலிகளைப் பிடித்தார்.

சுட்டுவிரல், கட்டைவிரல், இரண்டையும் பயன்படுத்தி நான்கு எலிகளின் முன்னங் கால்களையும் ஒடித்தார். எக்ஸ்-ரே படம் பிடித்துக் கொண்டார். இரண்டு எலிகளுக்கு கால்சியம் மிகுந்த கடைத்தீவனம் கொடுத்தார். இரண்டு எலிகளுக்கு புல்லும் காய்கறிகளும் தீவனமாகக் கொடுத்தார். இரண்டு வாரம் கழித்து மீண்டும் எக்ஸ்-ரே பிடித்துப் பார்த்தார். காய்கறி தின்ற எலிகளுக்கு எலும்பு வளர்ந்து ஒட்டிக் கொண்டுவிட்டது. கடைத்தீவனம் தின்ற எலிகளுக்கும் எலும்பு வளர்ந்து இருந்தது. ஆனால், வளர்ச்சி முற்றுப் பெற கூடுதலான நாள் பிடித்தது. 'உயிர்களின் செயல் பாட்டில் ஒன்று மற்றொன்றாக மாற்றம் பெறுகிறது' என்ற கேர்வரான் கண்டுபிடிப்பு உறுதி செய்யப்பட்டது. இதன் மூலம் செடியை நறுக்கிச் சோதித்து அதில் என்ன இருக்கிறதோ அதைக் கொடுக்கத் தேவையில்லை என்ற முடிவும் பிறந்தது.

இயற்கை மருத்துவர் வெள்ளிமலையிடம், "உங்கள் பணியில் இந்தப் புத்தகம் எப்படிப் பயன்படுகிறது?" என்றேன். நூலின் மருத்துவப் பிரிவை எடுத்துப் படிக்கச் சொன்னார்.

பாலை நிலப் பகுதியில் மனிதர்கள் பெட்ரோல் எடுத்துச் செல்ல குழாய் பதித்துக் கொண்டிருந்தார்கள். அவர்கள் வியர்வையை எடுத்து வந்து சோதித்த லூயி கேர்வரானுக்கு வியப்பாக இருந்தது. வியர்வையில் பொட்டாசியம் இருந்தது. அவர்கள் உண்டது சோடியம் (உப்பு). வெளிவந்தது பொட்டாசியம். அவர்களின் உடல், சோடியத்தைப் பொட்டாசியமாக மாற்றி சூரியனின் தாக்குதலில் இருந்து பாதுகாப்பைப் பெறுகிறது.

பாலை நிலப்பகுதி முகப்பில் உள்ள கடைகளில் உப்பு அதிகமாக விற்கப்படுகிறது. 'உங்கள் உப்பைத்தின்று உங்களுக்கு துரோகம் செய்வேனா?' என்ற வரிகள் பைபிளில் கணப்படுகிறது என்றெல்லாம் லூயி கேர்வரான் எழுதினார்.

நம் நாட்டில் சோகை நோய் அதிகம் காணப்படுகிறது. இது இரும்புச் சத்துப் பற்றாக்குறையால் உண்டாகிறது. இயற்கை மருத்துவர் களிமண் கரைசலை மருந்தாகக் கொடுக்கிறார். களிமண்ணில் அலுமினியம் உள்ளது. உடல், இரும்பாக மாற்றிக்கொள்கிறது.

லூயி கேர்வரான் எழுதிய 'பயோலாஜிக்கல்ட்ரான்ஸ் மியூட்டேஷன்' நூல், 'கண்ணால் காண்பதும் பொய், காதால் கேட்பதும் பொய்' என்ற வழக்கு மொழியை மெய்யாக்குகிறது.

உழவுக்கும் உண்டு வரலாறு!

"நமது தவறான செயல்களால் வயதுக்கு மிஞ்சிய முதுமை அடைந்து கொண்டிருக்கிறாள் நமது பூமித்தாய். இத்தனை காலமாகத் தாயாக இருந்தவள், நமது கூடாத செயல்களால் இன்று பாட்டியாகி விட்டாள். என்றைக்கும் நமது தேவையை கவனித்துக் கொண்டிருந்த அந்தத் தாய்க்கு, இப்போது நாம் தேவைப்படுகிறோம். இயற்கையைப் பார்த்து நாம் அஞ்சி மரியாதை செலுத்திக் கொண்டிருந்தோம். இப்போதோ... நமது அன்பும் மரியாதையும் இயற்கைக்குத் தேவைப்படுகிறது!"

-இப்படிச் சொல்பவர், ஃபிரான்சு நாட்டு மண்ணியல் அறிஞர் கிளாடு பூரிங்கோ.

1995-ம் ஆண்டு, புதுச்சேரி, ஆரோவில் வளாகத்தில் 'அனைத்திந்திய இயற்கை உழவர் மாநாடு' நடந்தபோது ஐந்து நாட்களும் அதில் கலந்து கொண்டார் பூரிங்கோ. அவரின் அத்தனை ஆதங்கங்களும் 'மண்ணுக்குப் புத்துயிர்ப்பு' என்ற அவரது நூலில் பொதிந்து கிடக்கின்றன. அந்த நூலிலிருந்து சில செய்திகளை அசை போடுவோம்.

'பதினெட்டு வயது விடலைப் பருவத்தில் நாம் இருக்கிறோம். நமது தாய் கவலைப்படவும் கண்ணீர் விடவும் வேண்டிய நேரம் வந்துவிட்டது. இருபது லட்சம் ஆண்டுகளாக நம்மைச் சுமந்த அந்தத் தாயை மரணப் படுக்கையில் கிடத்தியுள்ளோம்' என்று கலங்குகிற பூரிங்கோ, வரலாற்று ஏடுகளைப் புரட்டுகிறார். படிக்கப் படிக்க நெஞ்சு விம்முகிறது.

'குழந்தை, தாய்க்கு எதுவும் கொடுப்பது இல்லை. அதனால், தாய் எதைக் கொடுத்தாலும் குழந்தை ஏற்றுக் கொண்டது. வரலாற்றில் குழந்தைப் பருவம் என்பது, விலங்குகளை வேட்டையாடியும் கிழங்குகளைத் தோண்டியும் உண்டு வாழ்ந்த காலம். அன்று நம் பூமித்தாய் கவலைப்படும் அளவுக்கு எதுவும் நடக்கவில்லை. கடைசியாகப் பிறந்த

பூரிங்கோ

(மனிதக்) குழந்தைகள் எப்போதாவது குளிர் காயத் தீ மூட்டினார்கள். விலங்குகளைக் கொன்றார்கள். ஆனாலும் ஆறுகள் பாய்ந்த வண்ணம் இருந்தன. காடுகள் கன்னி கலையாமல் இருந்தன. அதுவரையிலும் கூட எந்தப் பிரச்னையும் இல்லை.

இத்தகைய வேட்டைக் காலத்தைத் தொடர்ந்து உழவுக்காலம் பிறந்தது. தானியக் கதிரை அறுத்து வந்த பிறகும் சிதறிய தானியம் முளைத்து வளர்ந்தது. சேமிப்பில் இருந்த தானியம் ஈரம் பட்டு முளைப்பதைப் பார்த்து, அறுவடையில் கொஞ்சம் விதைத்தார்கள். உருளைக்கிழங்கைத் தோண்டித் தின்றவர்கள், ஒரு கிழங்கை மண்ணில் புதைத்தார்கள். மேலும் உருளை விளைந்தது. இப்படியாக உழவு பிறந்தது.

போரில் வென்றவர்கள், தோற்றவர்களை அடிமையாக்கினார்கள். அடிமைகளை நிலத்தில் பாடுபட வைத்தார்கள். எசமானர்கள் உழைப்பதை நிறுத்திக் கொண்டார்கள். நாகரிகம் மிகுந்த கலை,அறிவியல், மதம், இலக்கியம், பொழுதுபோக்கு என்று பலவற்றையும் வளர்த்தார்கள் எசமானர்கள். நாளடைவில் தங்களது தேவை அனைத்துக்கும் அடிமைகளைச் சார்ந்திருப்பது காலத்தின் கட்டாயமாகி விட்டது.

என்ன பருவத்தில், எந்த மண்ணில், என்ன பயிர் வளர வேண்டும், என்ன கால்நடை வளர்க்கப்பட வேண்டும் என்பதை இயற்கை தேர்வு செய்கிறது. என்ன கருவி பயன்படுத்தப்பட வேண்டும் என்பதைக் கூட இயற்கைதான் முடிவு செய்கிறது. சுருங்கச் சொன்னால்... உழவர் வாழ்வு இயற்கையால் வடிவமைக்கப்படுகிறது.

ஆண்கள், கால்நடைக்குப் பின்னால் போனார்கள். பெண்கள், பயிர்களை கவனித்தார்கள். கால்நடைகளைப் பராமரித்தார்கள். பால் கறந்தார்கள். பால் பண்டங்களைத் தயாரிக்கக் கற்றார்கள்.

நிலம் தொடர்ந்து பலன் கொடுக்க... அதன் வளம் புதுப்பிக்கப்பட வேண்டும். அது தவறியதால் பல நாகரிகங்கள் விழுந்தன. விளைவு... 18-ம் நூற்றாண்டில் பொறியாளர்கள், விஞ்ஞானிகளின் கவனத்தை உழவு ஈர்த்தது. நீண்ட காலம் தரிசாகப் போடப்பட்ட நிலங்களின் வளம் புதுப்பிக்கப்பட்டது. ஆனால், மக்கள் தொகை பெருகியபோது நிலத்தை நீண்ட காலம் தரிசாகப் போடுவது சாத்தியப்படவில்லை. ஐரோப்பாவில் மண்ணைத் தரிசாகப் போடுவதற்கு மாற்றாக 'லுசர்ன்'

போன்ற தீவனப் பயிர்களை வளர்த்து மாடுகளை மேயவிட்டார்கள். நிலவளமும் உயர்ந்தது. மாட்டிறைச்சியும் உணவாகக் கிடைத்தது. நிலத்தில் தீவனம் பயிரானதால் தொழுவம் அமைக்கப்பட்டது. கூடவே மாட்டு எருவும் சேமிக்கப்பட்டது. இவ்வாறாக உழவில் கால்நடை புகுந்த பின்பு பயிர்த்தொழில் பன்முகம் கொண்டதாக உருவெடுக்க... பஞ்சம் விலகியது!

கூரை வேய்ந்தது போக எஞ்சிய வைக்கோலுக்கு தீ வைத்தது ஒரு காலம். பிற்காலத்தில் கால்நடைக் கழிவுடன் அதைச் சேர்த்து எருவாக்கினார்கள். எண்ணாயிரம் ஆண்டுகளாக வளர்ச்சியடைந்த உழவில், 200 ஆண்டுகளில் புரட்சி நடைபெற்றது. ஆனால், அதை நீடிக்க விடாதபடி தொழிற்புரட்சி வெடித்தது. கால்நடை எருவுக்கு பதிலாக ரசாயன உரம் புகுந்தது. அதனைத் தூவுவதற்கு எந்திரம் புகுந்தது. ஏருக்கு மாற்றாக டிராக்டர் புகுந்தது. அறுவடைக்கும் எந்திரம் வந்தது. உழுதவர், பண்ணை நிர்வாகியாகிப் போனார்.

நாடோடி வாழ்விலிருந்து பயிர்த் தொழிலுக்கு மாறுவதற்கு பல ஆயிரம் ஆண்டுகள் பிடித்தன. ஆனால், உழவுத் தொழில் என்பது ஆலைத் தொழிலாக மாறுவதற்கு ஐம்பது ஆண்டுகளே தேவைப்பட்டன.

இந்த மாற்றம்... இரண்டு கட்டமாக நடந்தேறியது. முதலாவதாக, உழவர்கள் நகரத்துக்குக் குடியேறி ஆலைத் தொழிலாளியானார்கள். இரண்டாவதாக, முதல் உலகப் போருக்குப் பின்பு உழவு, ஆலை மயமாக்கப்பட்டது. லாபம் ஒன்றே நோக்கமாக மாறியது. நீடித்துப் பலன் தர முடியாத பண்ணைகள், பாலை நிலமாக மாறின.

ஐரோப்பாவின் உழவு வரலாறு 8,000 வருடம் கொண்டது. உழவு பற்றிய விஞ்ஞானத்தின் வயது ஒரு நூறு வருடம்தான். 1913-ம் ஆண்டு ஹேபர் போச் என்ற விஞ்ஞானி, காற்றில் இருந்து வெடியத்தை (நைட்ரஜன்) பிரித்தெடுக்கும் முறையைக் கண்டறிந்தார். இது வெடிகுண்டு தயாரிக்கப் பயன்படுத்தப்பட்டது. அதுவரையில் சால்ட் பீட்டர் என்னும் வெடியுப்பை துப்பாக்கி வெடிக்கப் பயன் படுத்தினார்கள். தொழிற்சாலைகளில் பிரித்தெடுக்கப்பட்ட வெடியமே... 1914-18-ம் ஆண்டுகளில் நிகழ்ந்த உலகப் போரின்போது சர்வாதிகாரிகளுக்கு உதவியது. போரின் முடிவில் ‘மிலிடரி ஃபேக்டரி’கள், ‘அக்ரி ஃபேக்டரி’களாக மாற்றப்பட்டன. அதாவது வெடியுப்பு தயாரித்த ஆலைகள், அமோனியம் சல்பேட் தயாரிக்க ஆரம்பித்தன. சூழல் மாசுபடுவதும் பெரிய அளவில் உயர்ந்தது.

இன்றைய சமுதாயம் நம்புவது போல, விஞ்ஞானம் அப்படி ஒன்றும் சாதித்து விடவில்லை. ஒரு நூறு ஆண்டுகளில் ஒரே ஒரு காட்டுப் பயிரைக் கூட வளர்ப்புச் செடியாக்கவில்லை. இன்றைய விஞ்ஞானம் ஆலைத் தொழிலுக்கு அடிபணிந்து செயல்படுகிறது. எடுத்துக்காட்டைப் பார்ப்போம். 1906-ம் ஆண்டு ஃபிரான்சு

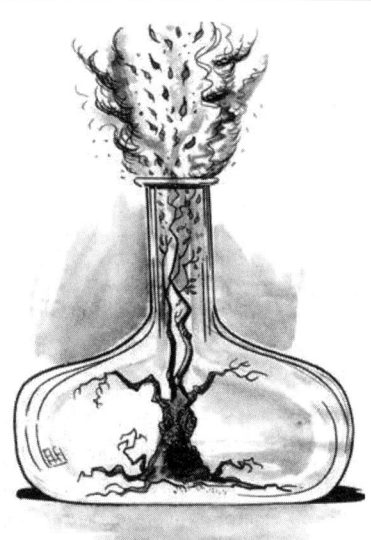

நாட்டில் 3,600 ஆப்பிள் ரகங்கள் இருந்தன. 1986-ம் ஆண்டு பத்து ரகம் மட்டுமே எஞ்சி இருந்தன. தேசிய விற்பனைச் சந்தையில் இவற்றின் இடம் 8% மட்டுமே. அமெரிக்க ஆப்பிள் நான்கு ரகம் 92% விற்பனையை ஆக்கிரமித்தன. அதில் 70% இடத்தை கோல்டன் ஆப்பிள் என்ற ஒரு ரகமே பிடித்துக் கொண்டிருக்கிறது. இருபதாம் நூற்றாண்டின் தொடக்கத்தில் ஃபிரான்சு நாட்டு உழவர்கள் ஒன்பது வகை கோதுமையை விளைவித்தார்கள். இன்று இரண்டு ரகங்கள் மட்டுமே மீதம் உள்ளன. நமது பாரம்பரியம் அழியும்போது பயிர் ரகம் மட்டும் அழியவில்லை; பயிர் இனமே அழிந்து வருகிறது.

ரசாயன உரங்களுக்குத் தாக்குப் பிடிக்காத நல்ல ரகங்கள் ஓரம் கட்டி அழிக்கப்பட்டுவிட்டன. அதிகம் ரசாயனம் கேட்ட ரகங்கள் மட்டுமே சாகுபடியில் உள்ளன. வணிகர்களது மகிழ்ச்சி கரைபுரண்டு போகிறது. சுற்றுச்சூழல் மாசடைந்து நாசமாகிறது. இந்தப் போக்கு தொடருமானால் அடுத்த நூற்றாண்டின் ஒவ்வொரு பயிரிலும் ஒரு ரகம் மட்டுமே மிச்சமிருக்கும். அவையும்... ரொட்டி, மாவு, பீர், பிஸ்தா தயாரிப்பதற்கு ஏற்றவையாக மட்டுமே இருக்கும்.

ஆலைகள் பன்முகமாகும். ரசாயனங்கள் பன்முகமாகும். மனித வாழ்வில் மட்டும்தான் பன்முகம் என்பது காணாமற் போகும்'

-எந்திரங்களையும் ரசாயனங்களையும் கொண்டு இயற்கை அழிக்கப்படுவதை இப்படி தோலுரிக்கும் பூரிங்கன், மண்ணுக்குள் நடைபெறும் அற்புதத்தையும் ஆழமாக விளக்குகிறார்.

மண்ணுக்குள் ஒரு பயணம்!

மண்ணியல் நிபுணரான கிளாடு பூரிங்கோ, பாரம்பரிய விவசாயம் பற்றிப் பூரிப்புடன் சொன்னதைப் பார்த்தோம். எந்திரங்களையும் ஆலைகளையும் வைத்து அந்தப் பாரம்பரியத்தை நாம் அழித்துக் கொண்டிருப்பது பற்றி குமுறியிருக்கும் பூரிங்கோ, இங்கே நம்மை மண்ணுக்குள்ளேயே கைப்பிடித்து அழைத்துச் செல்கிறார்.

விதையைப் போட்டதும் முளைக்கிறது... என்று ஒற்றை வரியில் பலரும் தெரிந்து வைத்திருக்கிறார்கள். ஆனால், ஓராயிரம் வரிகள் போட்டாலும் சொல்லி முடிக்க முடியாத விஷயங்கள் மண்ணுக்குள் புதைந்து கிடக்கின்றன என்பதை அவர் சொல்லும்போது, வேளாண் விஞ்ஞானம் எத்தகைய தவறைச் செய்து கொண்டிருக்கிறது என்பதை விளங்கிக் கொள்ள முடிகிறது. பள்ளிக்கூட அறிவியல் வகுப்புக்கு இணையானது அவரது விளக்கங்கள்.

பயிருக்கு ஏற்புடைய சூழல்:

இந்தச் சூழலை உருவாக்குவதற்கு மூன்று முக்கிய அம்சங்கள் ஒன்றிணைய வேண்டியுள்ளது. அவை... மண், தட்ப - வெப்ப நிலை மற்றும் கூட்டாளிச் செடிகள் ஆகும்.

மண் என்பது செடி நிற்பதற்கான ஆதாரம் மட்டும் அல்ல, தாதுக்களும் தாவர மக்குகளும் இணைந்த மண் கோடிக்கணக்கான நுண்ணுயிர்களுக்கான வாழ்விடமும் கூட. நுண்ணுயிர்க்கு மட்டுமல்ல பேருயிர்க்கும்.

மண்ணடியில் வாழும் உயிர்களில் தாவரமும் உண்டு. விலங்கினமும் உண்டு. தாவரத்தில் முறையாக அறியப்படாதது வேர். தரைக்கு மேலுள்ள பாகத்தை விடவும் வேரின் எடை அதிகம். நீரை உறிஞ்சுவதற்காக நிலத்தைப் பிளந்து வேரானது வெகு ஆழத்துக்குப் போவது உண்மை.அந்த ஆணிவேரை விடவும் வேர் முடிகளின் எடை அதிகம். வேர்களுக்கும்

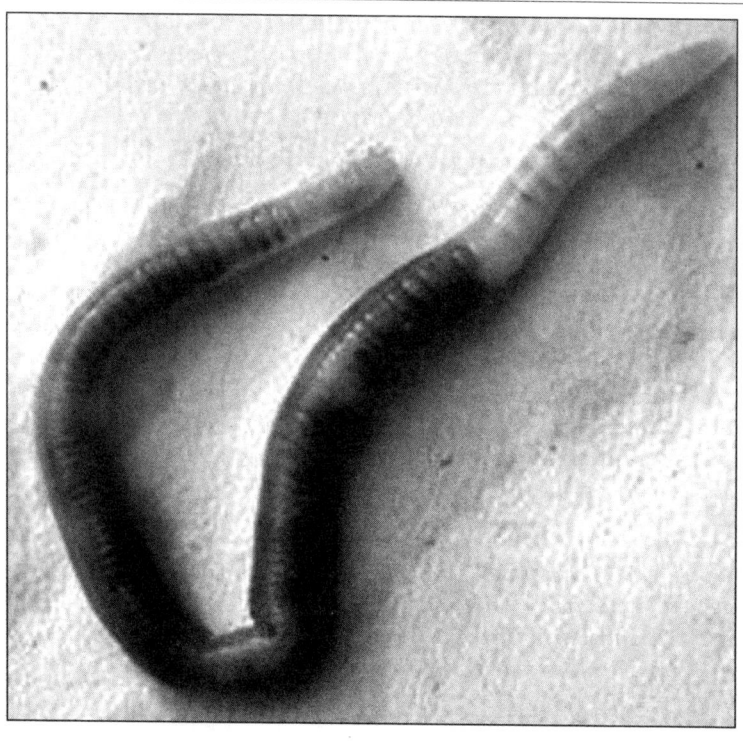

நுண்ணுயிர்களுக்கும் ஒரு கொடுக்கல் - வாங்கல் உறவு நிலவுகிறது.

மண்ணுள் வாழும் விலங்குகள்:

எலிகள் மண்ணுள் குழி பறித்துக் குடும்பம் நடத்துவதை நாம் அறிவோம். எலி ஏற்படுத்தும் வளையால் மண்ணில் காற்றோட்டம் ஏற்படுவதை எத்தனை பேர் அறிவோம்! புல்லெலிகள் ஓர் இரவில் நூறு மீட்டர் தூரத்துக்குச் சுரங்கப்பாதை அமைக்கிறதாம். நத்தை, பூரான், மரவட்டை, எறும்பு, கறையான் என்று எல்லாமும் நிலத்துக்கு வளம் சேர்க்கும் பணியில் ஈடுபடுகின்றன.

மண்ணைத் தோண்டினால் கண்ணில் படும் முக்கிய உயிர் மண்புழு. இதைப் பற்றி விஞ்ஞானி டார்வின் விரிவாக ஆராய்ந்துள்ளார். ஒரு ஏக்கர் நிலத்தில் 40,000 மண்புழு இருக்க முடியுமாம். மண்புழு இரண்டு வழியில் செயல்படுகிறது. ஒன்று சுரங்கம் அமைக்கும் பொறியாளராக. இரண்டாவது, ரசாயன உற்பத்தியாளராக. ஒரு நூறு ஆண்டில் புல்வெளியில் உள்ள அவ்வளவு மண்ணையும் மண்புழு உண்டு வெளியேற்றி இருக்குமாம். மண்புழு அமைக்கும் சுரங்கப் பாதைச் சுவர்களில்

நுண்ணுயிர்களும் தாவர மக்கும் மலிந்திருக்கும். அதனால், செடியின் வேர் வளர்ச்சி, சுரங்கப் பாதையில் மிகவும் எளிதாகிறது. பசுமைப் புரட்சியின் (தீவிர சாகுபடி) முடிவில் மண்புழுவின் அவசியத்தை உணர்கிறோம்.

மண்ணுள் வாழும் நுண்ணுயிர்கள்:

பேருயிர்களும் நுண்ணுயிர்களும் கூடி மண்ணை வளப்படுத்துவதை, ரொட்டி செய்வதுடன் ஒப்பிடலாம். ரொட்டி செய்பவர், மாவை நீர்விட்டுப் பிசைந்து அடித்து உருட்டித் தட்டிக் காற்று ஏற்றுகிறார். அதோடு அவரது வேலை முடிவுக்கு வருகிறது. மாவைப் புளிக்க வைத்துச் சுவை கூட்டி ரொட்டியாக்குவதை ஈஸ்ட் செய்கிறது. அது போலவே, மண்புழு, பூரான், அட்டை, புல்லெலி போன்றவை முன் தயாரிப்பு வேலையைச் செய்கின்றன. நுண்ணுயிர்கள்தான் சுவையும் வடிவமும் கொடுத்து வளர்ச்சிக்கேற்ற ஊடகமாக மாற்றுகின்றன. திராட்சையிலிருந்து ஒயின் தயாரிப்பதை இங்கே ஒப்பிடலாம்.

அமீபா:

அமீபா, மண்ணில் வாழும் விலங்கினத்தைச் சேர்ந்தது. மண்ணில் விழும் இலையை பேக்டீரியா சிதைக்கிறது. அமீபா, பேக்டீரியாவைச் சாப்பிடுகிறது. இதனால் பூஞ்சை பிழைக்கிறது. நுண்ணுயிர் உலகில் சட்டம்-ஒழுங்கை பராமரிக்கிறது அமீபா.

இனி, தாவர நுண்ணுயிர் பற்றி பார்ப்போம்.

தாவர நுண்ணுயிர்கள் நான்கு வகைப்படும். இவற்றைக் காளான், பூஞ்சை, ஆக்டினோ மெசிடிஸ், பேக்டீரியா என அழைக்கிறார்கள். காளான் ஒளிச் சேர்க்கை செய்கிறது. இதற்குச் சூரிய ஒளி தேவை. ஆதலால் மண்ணின் மேல்பரப்பில் வாழ்கிறது. நீலப்பாசியுடன் சேர்ந்து வெடியத்தை (நைட்ரஜன்) மண்ணில் சேர்ப்பதால் காளானின் பணி முக்கியமானது.

பூஞ்சைகள்:

மண் அமைப்பைக் கட்டிக் காப்பவை பூஞ்சைகள். இவை வலைப் பின்னலாக அமைந்து மண் துகள்களை அரவணைத்துக் காக்கின்றன. பூஞ்சைகள் இல்லாவிட்டால், கழிவுகள் மக்குவது இல்லை. உயிர்வளி இல்லாத இடத்தில் பூஞ்சைகள் வாழ்வது இல்லை. ரசாயனங்களைப் போடும்போது பூஞ்சை இறந்து போகிறது. பூஞ்சை செய்யும் மற்றொரு பணியும் உண்டு. இது வாலியுடன் (வாலுள்ள பேக்டீரியா) கூடி நோய் எதிர்ப்பு ரசாயனங்களைச் சுரக்கிறது.

வாலிகள்:

வாலுள்ள பேக்டீரியாக்கள், ஆக்டினோ மைசிடிஸ் என்று அழைக்கப்படுகின்றன. இவை ஒரு வகையில் அலிகள். அதாவது

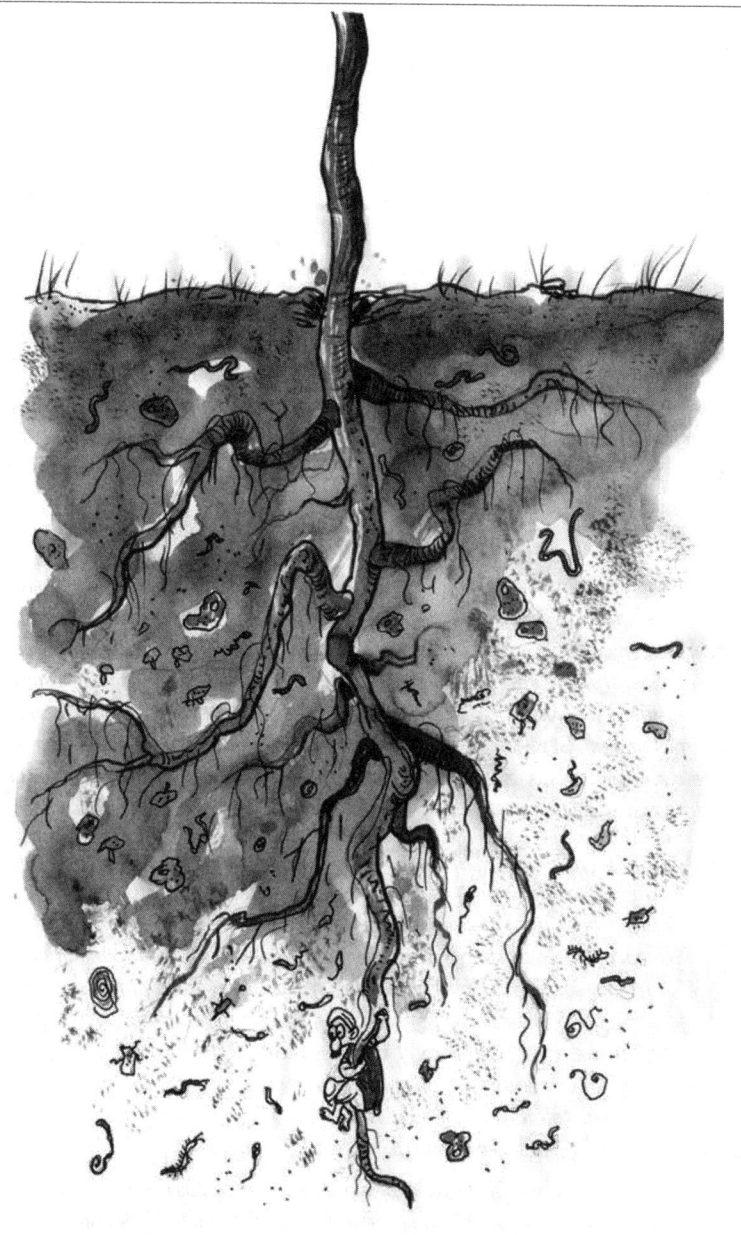

பூஞ்சையும் அல்ல; பாக்டீரியாவும் அல்ல. இரண்டுக்கும் இடைப்பட்டவை. இவை மண்ணில் ஏராளமாக உள்ளன. ஒரு கிராம் மண்ணில் 10 கோடி வாலிகள் வாழக் கூடும். இவை பூஞ்சையைப் போல நோய் எதிர்ப்புச் சுரப்புகளைச் சுரக்கின்றன. பேக்டீரியாவைப் போல வேதி மாறுபாடுகளை விளைவிக்கின்றன. தாவரப் பொருட்களைத் தனிமங்களாக்கி, செடிகளுக்கு ஊட்டிவரும் செவிலிகள் இந்த வாலிகள்.

பேக்டீரியாக்கள்:

இந்த நுண்ணுயிர்கள் மிகவும் நுட்பமானவை. ஒரு கிராம் மண்ணில் 100 கோடி பேக்டீரியா இருக்கும். மண்ணில் பல வகையான வேதி மாற்றங்களுக்கும் இவையே காரணம். இப்படியாக நுண்ணுயிர்கள் மத்தியில் கூட வேலைப் பிரிவினையைப் பார்க்கிறோம். நுண்ணுயிர்ச் செயல்பாடு எல்லையில்லாதது. இதைப் புரிந்து கொள்ள இரண்டு இயற்கைச் சுழற்சிகளைப் பார்ப்போம்.

கரி (கார்பன்) சுழற்சி:

உயிர் வாழ் விலங்கின் உடலில் பாதி கரி. இது நீரிலிருந்தும் நிலத்திலிருந்தும் கிடைக்கிறது. இது கரியமிலக் காற்றாகச் சொற்ப அளவே அண்ட வெளியில் இருக்கிறது. சுவாசித்தல், ஒளிச்சேர்க்கை இரண்டும் எதிரும் புதிருமானவை. சுவாசித்தலின்போது வெளியேறும் கரி, ஒளிச்சேர்க்கையின்போது உள்வாங்கப்படுகிறது. வேண்டாப் பொருளாக வெளியேறும் கரி, ஒளிச்சேர்க்கையின்போது சர்க்கரையின் ஒரு கூறாக மாறுகிறது. மண்ணில் சேரும் குப்பை கூளங்களை நுண்ணுயிர்கள் செரிக்க, கரி சுழற்சி தொடர்கிறது.

வெடிய (நைட்ரஜன்) சுழற்சி:

பச்சை இலை உணவு தயாரிக்கும் சமையற்கூடம். இலைக்கு பச்சையம் சேர்ப்பது வெடியம். இந்த வெடியம் காற்று வெளியில் 79 விழுக்காடு உள்ளது. இதனை தானே செடி எடுத்துக் கொள்வது சாத்தியம் அல்ல. காற்றில் உள்ளதை அமோனியாவாக மாற்றி, அதை நைட்ரைட்டாக மாற்றுவது ஒரு பேக்டீரியா. நைட்ரைட்டை நைட்ரேட்டாக மாற்றுவது ஒரு பேக்டீரியா. இப்படி மாறுதலுக்கு ஆளான வெடியத்தை கடலை, பயிறு, உளுந்து, செடிகளின் வேர்களில் பார்க்கிறோம். நீலப்பச்சைப் பாசி, அசோஸ்பைரில்லம், ரைசோபியம் இவையெல்லாம் நாம் அறிவோம்.

நிலைமை இப்படி இருக்க, எதற்காக யூரியாவையே சுமக்கிறோம்? என்றொரு கேள்வி எழுகிறது. கிளாடு பூரிங்கோ இன்னும் பல புதிர்களை அவிழ்க்கிறார்.

மரத்தின் தேவையில் 95 விழுக்காடு இலைக் குடையால் பெறப்படுகிறது. அது, ஆடி அசைந்த வண்ணம் உள்ளது. வேரானது

மண்ணைப் பிளந்து மலையைக் குடைந்து வியர்வை சிந்தி ஐந்து விழுக்காடு தேவையையே நிறைவு செய்கிறது. அப்படியானால் எதற்காக ரசாயனங்களை மூட்டை மூட்டையாக நிலத்தில் கொட்டுகிறோம் எனக்கேள்வி எழுகிறது.

இன்று விஞ்ஞான வேளாண்மை என்ற பெயரில் நடப்பது என்ன? மண்ணுக்கு வளம் சேர்க்க வேண்டிய தனிமங்கள் நகரத் தெருக்களில் குப்பை - கூளங்களாகக் குவிந்து கிடக்கின்றன. ரசாயன வடிவில் நைட்ரஜன், பாஸ்ஃபரஸ், பொட்டாஷ் மூன்றை மட்டுமே கொடுக்க முயல்கிறோம். செடியின் ஆரோக்கியமான வளர்ச்சிக்குத் தேவையான 32 தனிமங்களும் நிலத்திலிருந்து வடிக்கப் படுகின்றன. சமநிலை இழந்த செடிகள் பூச்சி நோய் தாக்குதலுக்கு ஆளாகின்றன. அவற்றைக் காப்பாற்ற எனச் சொல்லி நஞ்சுகளைக் கொட்டுகிறோம்.

மற்றவற்றை அழித்து ஒரு செடி வளர்வது இல்லை. சூழலுக்கு ஏற்பத் தன்னைத் தகவமைப்பதன் மூலமே ஒரு செடி, நிலத்தில் இடம் பிடிக்கிறது. அது மனிதனுக்கும் பொருந்தும்... உழவுக்கும் பொருந்தும் என்று கூறும் கிளாடு, இப்படிச் சொல்கிறார்-

'விடலைப் பிள்ளையாகிய நாம் இருபது லட்சம் ஆண்டுகளாக நம்மைச் சுமந்த தாயை மரணப் படுக்கையில் கிடத்தியுள்ளோம். நமது தாயிடம் அன்பு செலுத்துவோம், மரியாதையுடன் நடந்து கொள்வோம், அதுவே வாலிபர்க்கு அழகு!'

கியூபா வழி நடப்போம்!

நாளேடுகளில் இப்படி ஒரு செய்தி: ‘வேளாண் உற்பத்தி நமது நாட்டில் ஆண்டு தோறும் சரிந்து வருகிறது. இதனால் உணவு நெருக்கடி அபாயம் வந்துள்ளது!’ வேளாண்மை அமைச்சகமே வெளியிட்டுள்ள ஆய்வறிக்கை இப்படி எச்சரிக்கிறது.

இது குறித்து, திட்டக்குழுவின் ஆலோசனைக் குழுக் கூட்டத்தில் பேசிய பிரதமர் மன்மோகன் சிங் கீழ்க்கண்டவாறு கூறியுள்ளார்:

“உணவு நெருக்கடியைத் தீர்க்க உழவுத் தொழில் உற்பத்தியைப் பெருக்குவது ஒன்றே வழி. உழவைப் பாதுகாப்பது, உழவரைப் பாதுகாப்பது, உணவைப் பாதுகாப்பது ஆகிய மூன்றும் நாட்டின் மிக முக்கியமான பிரச்னைகள். இந்தியாவின் அடிப்படைத் தொழில் உழவு”

-இப்படி பேசியுள்ள மன்மோகன் சிங்,

“இதற்காக கார் பருவத்தில் 10,000 டன் ஒட்டு விதை வழங்கப்படும்” என்றும் சொல்லியிருக்கிறார். இந்த உரையைத் தொடர்ந்து, ‘மூடப்பட்ட ரசாயன ஆலைகள் திறக்கப்படும்’ என்று மன்மோகன் சிங், காங்கிரஸ் தலைவி சோனியா காந்தி படங்களுடன் முழுப்பக்க விளம்பரங்கள் செய்தித்தாள்களில் பளீரிடுகின்றன. ஏற்கெனவே, ரசாயன உரங்களுக்கு எதிர்ப்பு கிளம்பியிருக்கும் நிலையில், இவையெல்லாம் ‘எரிகிற வீட்டில் எண்ணெய் ஊற்றுவது’ போலத்தான் அமையும்.

அமெரிக்காவிலிருந்து 150 கி.மீ. தொலைவில் உள்ள சின்னஞ்சிறு நாடு கியூபா. அந்த குட்டி நாடு வேளாண்மையில் கடந்து வந்துள்ள பாதையை கொஞ்சம் உற்று நோக்கினால், அது நமக்கு ஒரு பாடமாக அமைய முடியும்.

1959-ம் ஆண்டு ஃபிடல் காஸ்ட்ரோ தலைமையிலான அரசு, கியூபா நாட்டில் பதவி ஏற்றது. கம்யூனிஸ சோவியத் ரஷ்யாவின்

கூட்டுக்கார நாடான கியூபா மீது, அமெரிக்காவுக்கு ஏக எரிச்சல். 'நமக்கு அருகில் உள்ள ஒரு குட்டித் தீவு கியூபா. ஆனால், அது நமக்கு அடிபணியாமல் கம்யூனிஸம் பேசுகிறதே?' என்று பொருமிய அமெரிக்கா, கடும் பொருளாதாரத் தடைகளை கியூபாவுக்கு ஏற்படுத்தியது.

'உலகின் சர்க்கரைக் கிண்ணம்' என்று அழைக்கப்பட்ட கியூபாவின் ஏற்றுமதி வணிகம் இதனால் அடிவாங்கியது. அப்போது ரஷ்யா உதவிக்கரம் நீட்டியது. கியூபாவின் சர்க்கரையை வாங்கிக்கொண்டு, அதற்கு உணவு தானியத்தை வழங்கியது சோவியத் ரஷ்யா. அந்த நாட்டின் உணவுத் தேவையில் 60% சோவியத் ரஷ்யாவிலிருந்து இறக்குமதி ஆனது. வேளாண் உற்பத்தியைப் பெருக்குவதற்கு என்று ரசாயன உரங்கள், பூச்சிக்கொல்லிகள், டீசல் எண்ணெய், எந்திரங்கள் எல்லாமும் கூட சோவியத்திலிருந்தே வந்தன. தொழில் மயமாகிய நாடுகளின் கருத்து (நவீன விவசாயம்) கியூபாவையும் பாதித்தது.

ஆண்டொன்றுக்கு 13 லட்சம் டன் ரசாயன உரம் மற்றும் எட்டு கோடி டாலர் விலை மதிப்புள்ள பூச்சிக்கொல்லிகள் அங்கு பயன்படுத்தப்பட்டன. 90,000 டிராக்டர்கள் ஓடின. விளைவு... விபரீதமானது. சமூகப் பொருளாதாரச் சுற்றுச் சூழல் சிக்கல்களை கியூபா சந்திக்க வேண்டிய கட்டாயம் ஏற்பட்டது.

ஒற்றைப் பயிர் சாகுபடி என்ற கொள்கையால் உற்பத்தித் திறன் குறைந்தது; ரசாயன உரங்கள், பூச்சிக்கொல்லிகள், கால்நடைத்

ஃபிடல் காஸ்ட்ரோ

தீவனம், எந்திரங்கள், நீர்ப்பாசனக் கருவிகளுக்கு அந்நிய நாடுகளைச் சார்ந்திருக்க நேர்ந்தது; காடுகள் பெருமளவு அழிந்தன; நிலம் களர் நிலமாகி வளமிழந்தது; பறவை, பன்றி, கால்நடை வளர்ப்பு முடங்கிப் போனது; கிராமப்புறங்களிலிருந்து நகரங்களுக்கு மக்கள் இடம் பெயர்ந்தார்கள். 1956-ம் ஆண்டில் கிராமங்களில் வாழ்ந்தவர்கள் 56%. 1989-ல் கிராமங்களில் வாழ்ந்தவர்கள் 28%. தீமைகள் இதோடு நிற்கவில்லை.

ஒட்டு வித்துகளும் ரசாயன உரங்களும் களைக்கொல்லிகளும் பூச்சிக்கொல்லிகளும் மண்ணின் உயிரோட்டத்தைச் சிதைத்து மலடாக்கின. பயிர் விளைச்சல் குன்றியது. அது மட்டுமல்ல இந்த பசுமைப் புரட்சி வேறு மோசமான சில விளைவுகளையும் உண்டாக்கியது. புற்றுநோய், ரத்த சோகை போன்ற தீராத நோய்களை ஏற்படுத்தியது. பிறவிக் குறைபாடுகள் உள்ளோர் எண்ணிக்கையும், மூளை வளர்ச்சி குன்றிய குழந்தைகள் பிறப்பதும் அதிகரித்தது.

இத்தகைய மோசமான சூழலில் 1989-ம் ஆண்டு சோவியத் ரஷ்யா சிதறுண்டது. அதைத் தொடர்ந்து ஐரோப்பிய சோஷலிச முகாமும் சிதறியது. இதனால் கியூபாவுக்கு நெருக்கடி. ‘அது நொறுங்கிப் போகும்’ என்று அமெரிக்கா எதிர்பார்த்தது. ஆனால், அந்தக் கணக்குப் பிழையானது. கியூபா தனது பாதையை மாற்றியமைத்துக் கொண்டது.

உள் கட்டுமானத்திலும் வேளாண்மை உத்திகளிலும் பல மாற்றங்கள் அதிரடியாகப் புகுத்தப்பட்டன. நாட்டின் பல்வேறு வட்டாரங்களில் வெவ்வேறு பயிர்களை உற்பத்தி செய்வதற்கு ஏற்றபடி நிலம் பகிர்ந்தளிக்கப்பட்டது; ஒற்றைப் பயிர் சாகுபடி முறை கைவிடப்பட்டது; உயிர் உரங்கள் தயாரிக்கப்பட்டன; உயிரியல் பூச்சிக் கட்டுப்பாடு மேற்கொள்ளப்பட்டது; மாடுகளை ஏரில் பூட்டினார்கள்; குடும்பத் தோட்டங்கள் ஏற்படுத்தப்பட்டன; நகர்ப்புறத் தோட்டங்கள் உருவாக்கப்பட்டன; உழவர்கள் நேரடியாகப் பண்டங்களை விற்க, உழவர் சந்தைகள் திறக்கப்பட்டன இத்தகைய சீர்திருத்தங்கள் செலவு குறைந்த, நிலைத்த, நீடித்த வேளாண்மைக்கு வழிகோலின.

அரிசி... கியூபா மக்களின் முக்கிய உணவு 1990-ம் ஆண்டு தனது அரிசி தேவையில் 50% அளவுக்கு தானே உற்பத்தி செய்தது. இன்று அரிசி உற்பத்தி மும்மடங்கானது. கிழங்கு உற்பத்தியில் தென்அமெரிக்காவில் கியூபா இரண்டாவது இடத்தில் உள்ளது. மாட்டிறைச்சி உற்பத்திதான் பாதிக்கப்பட்டது. 1989-ம் ஆண்டில் 2,89,000 டன் என்று இருந்தது... 1998-ம் ஆண்டில் 1,37,300 டன் என்று குறைந்தது. காரணம், காளைகள் உழவு வேலைகளுக்காக மறுபடியும் கலப்பையில் பூட்டப்பட்டுவிட்டன.

கருணாநிதி

'மனிதனின் சராசரி காய்கறித் தேவை ஒரு நாளைக்கு 300 கிராம்' என்கிறது சுகாதார அமைப்பு. அது, கியூபாவைப் பொறுத்தவரை 469 கிராம். அந்த மக்கள் மற்றவர்களைக் காட்டிலும் கூடுதலாகக் காய்கறியை உண்கிறார்கள்.

உற்பத்தியைப் பெருக்கத் திட்டம் தயாரித்தார்கள். நிலம் இல்லாதவர்களுக்கு 50 சென்ட் நிலம் கொடுத்தார்கள். வீட்டுத் தேவை போக எஞ்சியதை விற்க உரிமையும் கொடுத்தார்கள்.

பல்வேறு நிறுவனங்கள், தொழிற்சாலைகள், கூட்டுறவு சங்கங்கள் ஆகியவற்றுக்குச் சொந்தமான காலி இடங்கள் பயிர் சாகுபடி நிலங்களாயின. 2000-ம் ஆண்டில் நகர்ப்புற வேளாண்மை மூலம் உற்பத்தி செய்யப்பட்ட உணவு 12 லட்சம் டன். இது ஏதோ பட்டிக்காட்டான்கள் செய்த உற்பத்தியல்ல. கியூபா மக்களில் கல்வி கற்றவர்கள் 95%. சராசரி கல்வித்தரம் 9-ம் வகுப்பு. மக்கள் தொகை 1.1 கோடி கொண்ட சின்னஞ்சிறு கியூபா, தலை உயர்த்தி நடைபோடுவதற்கு அடிப்படையாக அமைந்தது எது?

இயற்கை சார்ந்த தொழில் நுட்பமும் (வாழ்வாதாரத்தை மாசு படுத்தாத) மக்கள் நலம் பேணும் அரசியல் கொள்கையுமே ஆகும். அந்த அரசின் முதன்மையான குறிக்கோள், 'அனைவருக்கும் உணவு'. அதனால் பால் உற்பத்தி குறைவாக இருக்கும்போது அது குழந்தைகளுக்கு மட்டுமே பகிர்ந்தளிக்கப்பட்டது. வெண்ணெயும் பாலாடைக்கட்டியும் தயாரிப்பது தடை செய்யப்பட்டது. (என். சி.பி.எச். நிறுவனத் தயாரிப்பில் வெளியாகியிருக்கும் 'நீடித்த வேளாண்மையும் வல்லரசிய எதிர்ப்பும்' என்கிற நூலை பார்க்கவும்.)

உழவுக்கும் உண்டு வரலாறு!

"உணவு, உழவர் மற்றும் உழவு இந்த மூன்றின் பாதுகாப்புக்கு ஏற்ப மாநிலங்களே திட்டம் தயாரித்துச் செயல்படுத்த வேண்டும்" என்றும் இந்திய தலைமை அமைச்சர் மன்மோகன் சிங் அறிவித்திருக்கிறார்.

இந்த நல்ல வாய்ப்பைப் பயன்படுத்திக் கொண்டு தமிழகத்தை இயற்கை விவசாயத்தில் முன்மாதிரி மாநிலமாக ஆக்குவதற்கு தமிழக முதல்வர் கருணாநிதி முன்வரவேண்டும்.

கியூபாவைப் பற்றி அவருக்கு நாம் அதிகம் சொல்ல வேண்டியதில்லை. அந்த நாட்டின் மீது மிகுந்த பாசம் கொண்டவர் முதல்வர் கருணாநிதி. 'நான் மிகவும் மதிக்கும் கியூபா அதிபர் ஃபிடல் காஸ்ட்ரோ, உடல் நலம் பெற்று வருகிறார் என்கிற செய்தி மகிழ்ச்சியை அளிக்கிறது. அவர் பல ஆண்டு காலம் நலமுடன் வாழவேண்டும்!' என்று கருணாநிதி விடுத்த செய்தி, அவரது கியூபா பாசத்தை நமக்குத் தெரிவிக்கிறது.

காஸ்ட்ரோ மீது பாசம் என்றால்... அவர் கொண்ட கொள்கை... அவர் பெற்ற வெற்றி ஆகியவற்றின் மீதும் கருணாநிதிக்கு நிச்சயமாக மரியாதை இருக்கும் என்பதில் சந்தேகமில்லை. எனவே, தமிழகத் திட்டக்குழுவின் பார்வை, கியூபா வெற்றியின் பக்கம் திரும்பும் என்று நாம் எதிர்பார்ப்போம்!

"சூழலியலுக்கு உங்களது கடனைச் செலுத்துங்கள்; மக்களை அல்ல, பசியை எதிர்த்துப் போராடுங்கள்!" என்று காஸ்ட்ரோ சொல்லியிருப்பதை மறந்துவிட வேண்டாம்!

தலைக்கு கால்காணி!

'உழுதவன் கணக்குப் பார்த்தால் உழக்கும் மிஞ்சாது... உழுதவன் கணக்குப் பார்த்தால் தார்க்கோல் மிஞ்சாது!' -இப்படியெல்லாம் பழமொழிகள் உலவத்தான் செய்கின்றன.

1947-ம் ஆண்டுக்கு முன்பு வெள்ளையர்கள் நம்மை ஆண்டார்கள். அப்போது நம்மூர் பெரிய பண்ணைகள் அல்லது ஜமீன்கள் 'இரட்டை வரி' வசூலித்தார்கள். ஒரு வரி தனக்காக. மறு வரி 'துரை'க்காக. அதனால் நிலத்தை உழுதவன் கணக்குப் பார்த்தால், உழக்கும் மிஞ்சவில்லை. தார்க்கோலும் மிஞ்சவில்லை. பல்லவன், சேரன், சோழன், பாண்டியன் ஆண்ட காலத்தில்கூட விளைச்சலில் ஆறில் ஒரு பங்கைத்தான் அரசன் வரியாகப் பெற்றான். ஆனால், சுதந்திர இந்தியாவில் எல்லாவற்றையும் இழந்த பின்னும் கடன் அடைபடாததால் உயிரை முடித்துக் கொள்கிறான் உழவன்.

இத்தகைய சூழலில்தான் முனைவர் ஸ்ரீபாத தபோல்கார் நம்மை, கணக்குப் பார்க்கச் சொல்கிறார். இவரது கணக்கு, பணத்தைச் செலவிடும் வரவு - செலவுக் கணக்கு அல்ல, சூரிய ஒளி வரவுக் கணக்கு; எரு - மண் அளவுக் கணக்கு; சூரிய ஒளியை உள்வாங்கும் இலைப் பரப்பின் கணக்கு; இரண்டும் இரண்டும் நான்கு என்பது நாமறிந்த கணக்கு; இதைப் போன்றதே ஒளிச்சேர்க்கையின் கணக்கும்!

ஒரு சதுர அடி இலைப் பரப்பின் மீது எட்டு மணி நேரம் சூரிய ஒளி விழுந்தால், மூன்று கிராம் குளுகோசு அந்த இலைகளால் தயாரிக்கப்படுகிறது. இப்படிச் சொல்கிற கணிதப் பேராசான் ஸ்ரீபாத தபோல்கார், ஒரு மராட்டியர்.

தபோல்காரை 80-ம் ஆண்டுகளின் பின்பகுதியில் ஆரோவில் வளாகத்தில் சந்தித்தேன். பின்னர், 1996-ம் ஆண்டு வாக்கில் வார்தாவில் இருக்கும் காந்தி ஆசிரமத்தில் ஐந்து நாட்கள் ஒரே அறையில் இருவருக்கும் தங்கும் வாய்ப்பு கிடைத்தது. அவர் எழுதிய 'எல்லோருக்கும் ஏராளமாக'

(Plenty for All) என்ற புத்தகத்தை எனக்கு அளித்தார். ஏதாவது, 'எழுதிக் கொடுங்கள்' என்றேன். எழுதிக் கொடுத்தார். படிக்க முடியவில்லை. அவரது தாய்மொழியில் எழுதி இருந்தார். 'புரியவில்லையே' என்றேன். 'ஒரு நேரத்தில் ஒரு தப்படி' (One step at a time) என்றார். அடுத்து, தன் சீடர்களது நிலங்களுக்கு என்னை அனுப்பி வைத்தார்.

தபோல்கார் சிந்தனையில் சிறப்பானது, 'கால் ஏக்கர் (சுமார் 33 சென்ட்) பண்ணையம்'. தமிழ் வழக்குக்கு ஏற்ப இதை நான் 'கால்காணி வெள்ளாமை' என்று பேசி வருகிறேன். ஐந்து பேர் கொண்ட குடும்பம், ஒரு கல்லூரிப் பேராசிரியர் போல வாழ்வதற்கு கால்காணி நிலம் போதுமானது என்பது தபோல்காரின் கணக்கு. எடுத்த எடுப்பிலேயே இது சாத்தியம் இல்லாமல் போகலாம். அடுத்தடுத்த ஆண்டுகளில் சாத்தியமே. ஒருவர், தான் பேராசிரியர் ஆவதற்கு முன்பு மாணவராக இருக்கிறார். ஆறு ஆண்டுகள் ஆய்வுக்கூடத்திலும் நூலகத்திலும் பணி புரிகிறார். கால்காணி உழவர்க்குத் தனது நிலமே ஆய்வகம்; தனது கால்காணியே நூலகம். இப்படி ஆறு ஆண்டுகள் பாடுபட்டால் கால்காணிக்காரராலும் பேராசிரியர் போல வாழ முடியும்!

இதற்கு கால்காணிக்காரர் செய்ய வேண்டியது என்ன?

'திறமையாகச் செயல்படுவதற்கேற்ப, தோட்டத்தை முதலில் வடிவமைக்க வேண்டும். வேளாண்மை பற்றிய ஆராய்ச்சிக் கண்டுபிடிப்புகள் அனைத்தையும் கற்று நடைமுறைப்படுத்த வேண்டும். அன்றாடம் குறைந்தது நான்கு மணி நேரம் தோட்டத்தில் வேலை செய்ய வேண்டும். இயற்கையின் சுழற்சிகளைப் புரிந்து கொண்டு செயல்பட வேண்டும்.

தபோல்கார் வலியுறுத்தும் அறிவியல் கண்டுபிடிப்பு என்ன?

புவிக்கோளத்தில் உள்ள எல்லா உயிரினங்களும் தங்களின் ஆற்றல் தேவைக்குச் சூரியனையே சார்ந்துள்ளன. சூரியனில் இருந்து கிடைக்கும் ஒளி ஆற்றலை செடி, கொடி, மரங்கள் ஆகியவை சர்க்கரையாக மாற்றுகின்றன. இதை ஒளிச்சேர்க்கை என்கிறோம். பூமியை வந்தடையும் ஒளி ஆற்றலில் நூறில் ஒரு பங்கைச் செடி, கொடிகள் சர்க்கரையாக மாற்றுகின்றன. பல மாடிக் கட்டடம் போன்று பல விதமான செடி, கொடி, மரங்களை (சூரிய ஒளி தரையைத் தொடாதபடி) வளர்த்தால் மிகு விளைச்சல் பெறலாம்.

நிலம் தயாரிப்பில் கவனிக்க வேண்டியது என்ன?

நிலத்தை முதலில் பகுதி பகுதியாகப் பிரிக்க வேண்டும். வீடு எங்கே இருக்கிறது அல்லது வர உள்ளது? மாட்டுத் தொழுவம், கோழிப்பெட்டி, குப்பைக் குழி, மழைநீர் சேமிப்புக்குழி, நடைபாதை என்று எல்லாவற்றுக்கும் இடங்களைப் பிரித்து ஒதுக்க வேண்டும்.

பழம், விறகு, தீவனம், சட்டம், தழை எரு போன்றவற்றைத் தரும் மரங்கள் எங்கெங்கு நடப்பட வேண்டும் என்று குறிக்க வேண்டும். தானியத்துக்கு எவ்வளவு இடம்? காய்கறி, கிழங்கு எவ்வளவு இடத்தில்? பருப்பு, எண்ணெய் வித்துகளை எங்கே பயிரிட வேண்டும் என்று பார்த்து அளந்து ஒதுக்க வேண்டும். பயிர் செய்யப்பட உள்ள இடங்களில் எருவைக் கலந்து மேட்டுப்பாத்தி அமைக்க வேண்டும்.

சரி... பயிர்கள் சூரிய ஆற்றலை ஒன்றுபோல் பயன்படுத்துகின்றனவா?

செடி, கொடி, மரங்களின் வளர்ச்சி ஒன்று போல் மற்றது இருப்பது இல்லை. அவை சூரிய ஆற்றலைப் பயன்படுத்துவதும் ஒன்றுபோல் இல்லை. நெற்பயிர், எட்டு சதுர அடி பரப்பில் ஒரு கிலோ தானியம் தருகிறது. வேர்க்கடலை போன்ற பயறு வகை செடிகள் 20 சதுர அடி பரப்பில் ஒரு கிலோ விளைகின்றன.

பூசணி, வெள்ளரி, சுரை, பறங்கி, தர்ப்பூசணி போன்ற நீர் மிகுந்த காய்கறிகள் ஒரு சதுர அடிப்பரப்பில் இரண்டு முதல் மூன்று கிலோ வரை விளைச்சல் கொடுக்கின்றன. மரவள்ளி, உருளை, இஞ்சி

போன்ற கிழங்கு வகைகள் ஒரு சதுர அடி பரப்பில் நான்கு மாதத்தில் ஒரு கிலோ தருகின்றன. திராட்சை, ஒரு சதுர அடி பரப்பில் 400 கிராம் பழக்குலை உண்டு பண்ணுகிறது. மாமரம், மூன்று சதுர அடி இலைப் பரப்பில் விழும் சூரியஒளி கொண்டு 400 கிராம் எடை கொண்ட ஒன்று அல்லது இரண்டு பழம் கொடுக்கிறது.

பழச்செடி, மரம், கொடிகளில் கவனிக்க வேண்டியது என்ன?

மா, எலுமிச்சை, சப்போட்டா போன்ற மரங்கள் மெதுவாக வளரக் கூடியவை. திராட்சை, கொய்யா, மாதுளை பப்பாளி போன்றவை வேகமாக வளரக் கூடியவை. மாங்கன்று ஒரு ஆண்டில் உயர் மட்டமாக பத்து சதுர அடி இலைகளைப் பரப்பும். நல்ல மண் வளமும் இருந்தால், இரண்டாம் ஆண்டில் வேகமாக வளரும். மூன்றாம் ஆண்டில் 6 முதல் 8 மடங்கு அதிகமாகும். மூன்றாம் ஆண்டு முடிவில் 320 சதுரஅடி இடப் பரப்பைக் கொண்டதாக இருக்கும்.

எலுமிச்சை, மா, ஆரஞ்சு போன்ற பழ மரங்கள் ஆண்டு முழுவதும் பசுமையாக இருக்கும். மாதுளை, சீத்தா, கொய்யா, போன்ற மரங்களும் திராட்சைக் கொடிகளும் கோடை மற்றும் மழைக்காலங்களில் இலையை உதிர்ப்பது உண்டு.

வாழை மரத்தில் மாதத்துக்கு மூன்று இலை தோன்றுகிறது. மூன்று இலைகள் பழுக்கின்றன. ஒரு வாழை மரம், தனது வாழ்நாளான பத்து மாதத்தில் முப்பது இலைகளை விடுகிறது. முதல் இலையை விட, இரண்டாம் இலை ஒன்றரை மடங்கு பெரிதாக இருக்க வேண்டும். அப்படி இல்லாதபோது மண்ணில் குறைபாடு உள்ளது என்பதை உணர்ந்து நிலத்தை சீர் செய்ய வேண்டும். ஐந்தாம் இலை முதற்கொண்டு சராசரியாக ஒரு வாழை இலை 12 சதுர அடி பரப்பு கொண்டதாக இருக்க வேண்டும். இலைக் குடை அப்படி இருந்தால் வாழைத்தாரின் எடை 30 கிலோ முதல் 40 கிலோ வரை இருக்கும்.

மண் வளம் எப்படி அமைய வேண்டும்?

தாதுப் பகுதியும் மக்குப் பகுதியும் சம அளவில் கலந்ததாக மண் அமைய வேண்டும். அதாவது, மக்கு (Humus) இரண்டு லிட்டர் இருந்தால், தாதும் (தோட்டத்து மண்) இரண்டு லிட்டர் இருக்க வேண்டும். ஒரு சதுர அடி சூரிய ஒளியை அறுவடை செய்ய 4 லிட்டர் எரு மண் கலவை போதுமானது. எந்த ஒரு செடிக்கும் இரண்டடி ஆழத்துக்குக் குறையாமல் நிலம் 'பொலபொல'ப்பாக இருக்க வேண்டும்.

மக்கு என்பது என்ன? ஒரு மரத்தடியில் நின்று கவனிப்போம். இலை பழுத்து உதிர்கிறது. முதிர்ந்து போன நெற்று, பழம் கூட விழுகிறது. பட்டுப் போன குச்சி விழுகிறது. பறவையின் எச்சம் விழுகிறது.

மரத்தடியில் அடைக்கலம் புகும் விலங்குகளின் எச்சம் விழுகிறது. இத்தகைய தாவர, விலங்குக் கழிவுகள் மீது பூஞ்சை, பாக்டீரியா, மண்புழு போன்ற நுண்ணுயிர்களும் பேருயிர்களும் செயல்படுகின்றன. இத்தகைய செயல்பாடுகள் முடிந்த பொருளே மக்கு. பழுத்த நிறத்தில் இருக்கும். கையில் எடுத்தால் ஒட்டாது. முகர்ந்தால் நாற்றம் இருக்காது. காடு முழுவதும் தரை மீது கம்பளம் விரித்தது போல் இந்த மக்கு இருப்பதால் விழுந்த விதை, தானே முளைக்கிறது. இந்த எருவை நாமே தயாரிக்கலாம். 'கம்போஸ்ட்' அல்லது கலவை எரு என்று அழைக்கப்படுவது இதைத்தான். தபோல்கார், 'நர்சரி சாயில்' (மண்) என்று இதை அழைக்கிறார். நர்சரி மண் சம அளவு தோட்டத்து மண்ணுடன் கலக்கும்போது செடி வளர்ச்சிக்குப் பொருத்தமான ஊடகம் கிடைக்கிறது.

செடி, மண்ணிலிருந்து எவ்வளவு தனிமத்தை எடுக்கிறது?

'தராசு, படிக்கல் வைத்துக் கொண்டு பயிற்சி நடத்த வேண்டும்' -இது தபோல்கார் சொன்னது. ஒரு செடியை வேருடன் பிடுங்கி மண்ணை அலசிவிட்டு துண்டு துண்டாக நறுக்கி ஒரு தராசில் போடுங்கள். எடையைக் குறித்துக் கொள்ளுங்கள். அடுத்து, நிழலில் ஒரு செய்தித்தாளை விரித்து நறுக்கிய செடி துண்டுகளைப் போட்டு காயவிடுங்கள். ஒரு வாரம் சென்றதும் எடை போட்டுக் குறியுங்கள். காய வைக்கப்பட்ட பிறகு அந்தத் துண்டுகளின் எடை குறைந்திருக்கும். காரணம்... ஒரு செடி, நீரில் இருந்து எடுத்தது... ஆவியாகி நீரோடு போய்விட்டது.

இப்போது, உலர்ந்த செடியின் பாகங்களை தீமூட்டி எரியுங்கள். எஞ்சி இருக்கும் சாம்பலைத் தராசில் போடுங்கள். எடையைக் குறித்துக் கொள்ளுங்கள். காய வைக்கப்பட்டதை விடவும் தற்போது எடை குறைவாக இருக்கும். செடியானது காற்றில் இருந்து எடுத்தது (கரி) காற்றோடு போனது. மீதமுள்ள சாம்பல்தான் மண்ணில் இருந்து செடி எடுத்தது. இது 100 கிலோவில் 5 கிலோ என்பதாக இருக்கும். இந்தக் கணக்கு, 'கிளாடு பூரிங்கோ' சொல்வதோடு இணைந்து போகிறது. காய், கனிகளை அறுவடை செய்த பிறகு செடியை வெட்டி நிலத்தில் போட்டதும் மண்ணின் பற்றாக்குறை நீங்குகிறது.

இப்படியாக தபோல்காரின் ஆய்வுகள் நீள்கின்றன. 2002-ம் ஆண்டு தனது 74-வது வயதில் தபோல்கார் காலமானார். அவர் பணி நிறைவாகாமல் கிடந்து விட்டது. அதனால்தான் அவர் பிறந்து வளர்ந்த மராட்டிய மண்ணில், ஆயிரக்கணக்கான தற்கொலைகள்!

தேவை, பறவைப் பொருளாதாரம்!

"**த**மிழ்நாட்டில் விளைச்சல் எதிர்பார்த்த இலக்கை எட்டிவிடும்" -இப்படி வேளாண்மைத் துறை அமைச்சர் கூறியுள்ளார்.

வடநாட்டில் கோதுமைப் பயிர் நல்ல விளைச்சல் கண்டுள்ளது. ஆனாலும், 50 லட்சம் டன் தானியம் இறக்குமதி செய்யப்படுகிறது. "தானிய வணிகத்தைத் தனியார் வசம் விட்டதுதான் காரணம்..." என்று பேசும் இந்திய வேளாண் அமைச்சர், "உழவர்களை நிலத்தை விட்டு வெளியேற்றுவதுதான் நெருக்கடிக்குத் தீர்வு!" என்று சொல்லியிருக்கிறார்.

அவரது சிந்தனையில் வறட்சி ஏற்பட்டிருப்பதை உணர முடிகிறது. இந்த வறட்சியிலிருந்து விடுபட ஜே.சி.குமரப்பா கை கொடுக்கிறார். காந்தியின் பின்னோடியான குமரப்பா எழுதிய புத்தகத்துக்கு காந்தியே முன்னுரை எழுதியுள்ளார். 1945-ம் ஆண்டு வெளியாகியுள்ள இப்புத்தகத்தின் தலைப்பு, 'நிலைத்து நீடிக்கவல்ல பொருளாதாரம்'. நூலைக் கொஞ்சம் அலசுவோம்.

ஒவ்வொன்றும் ஏதோ ஓரிடத்தில் தோன்றுகிறது. கொஞ்ச காலத்துக்கு வாழ்கிறது. ஒரு பூ காலையில் மலர்கிறது. மாலையில் வாடிப் போகிறது. அதன் வாழ்க்கை சில மணி நேரம். ஆமை பல நூறு ஆண்டுகள் வாழ்வதாகச் சொல்லப்படுகிறது. ஆனால், உலகம்தான் நிரந்தரமானது. மனிதனின் வாழ்க்கை என்பது எப்போதாவது 100 வருடமாக உள்ளது. நிலைத்த - நீடித்த பொருளாதாரம் என்பதை ஒப்பீட்டளவில்தான் கூற முடியும்.

ஒரு செடி, இலை விடுகிறது. வேர், மண்ணிலிருந்து எடுப்பது போல, சூரிய ஒளியிலிருந்தும் காற்றிலிருந்தும் தேவையானவற்றை இலை எடுத்துக் கொள்கிறது. இலை பழுத்து விழும்போது, மண், காற்று, ஒளியிலிருந்து பெறப் பட்டவை இயற்கைக்குத் திரும்புகின்றன. அடுத்த தலைமுறைச் செடிக்கு அவை ஊட்டமளிக்கின்றன.

குமரப்பா

செடிகளிலிருந்து தேனும் மகரந்தமும் எடுக்கும் தேனீ, பூ கருவுருதலுக்குத் துணை போகிறது. அதன் விதை உற்பத்தி, மறுஉற்பத்திக்கு அடிகோலுகிறது. சுழற்சி மீண்டும் தொடர்கிறது. இயற்கையின் பணி முடிவின்றித் தொடர்கிறது. ஆதலால், இயற்கை நீடித்து நிலைத்துச் செயல்பட வல்லது.

செடிகளுக்கு இயக்கம் இல்லை. ஆதலால் விதைகள் செடியின் அடியில்தான் நேரே விழ முடியும். பறவைகளும் விலங்குகளும் விதைகளை வெகு தூரம் கொண்டு சேர்க்கின்றன. பழத்தை உண்டு எச்சத்துடன் விதையை விதைக்கிறது பறவை. தனது பசியைப் போக்கிக் கொள்ளும் அதே வேளையில், உயிர்ச்சுழற்சிக்குத் தனது பங்கைச் செலுத்துகிறது பறவை.

இயற்கையில் எதுவும் தனக்காக மட்டுமே இருக்கவில்லை. சங்கிலித் தொடர் அறுபடாது ஒத்திசைந்து செயல்படும்போது, நிலைத்து நீடிக்கவல்ல பொருளாதாரத்தைப் பார்க்கிறோம்.

1. ஒட்டுண்ணிப் பொருளாதாரம்: சில செடிகளில் வேறு சில செடிகள் ஒட்டுண்ணியாக ஒட்டிக் கொண்டு சாற்றை உறிஞ்சி வாழ்கின்றன. ஆனால், மூலச்செடி வாடிப் போகிறது. ஆடு, புல்லைத் தின்று நீரைப் பருகி அகிம்சை வாழ்க்கை மேற்கொள்கிறது. ஆனால், புலி அப்படி அல்ல. ஆட்டை அடித்து அதன் ரத்தத்தை உறிஞ்சுகிறது. ஆதலால், இம்சையே புலியின் வாழ்க்கையின் அடிப் படையாக அமைகிறது. இப்படித்தான் பிரித்தானியர், இந்தியர் உழைப்பை கொள்ளை கொண்டு போக, கோடிக் கணக்கான இந்தியர் மடிய நேர்ந்தது!

2. அடாவடிப் பொருளாதாரம்: ஒரு மாந்தோப்பில் ஒரு மந்தி நுழைகிறது. மாம்பழம் பறித்து உண்ணுகிறது. மா மரத்துக்குக் குழி தோண்டவில்லை, விதை போடவில்லை, நீர் ஊற்றவில்லை. வளர்ச்சியில் எந்தப் பங்கும் ஆற்றாது பலனை மட்டும் பறித்து அடாவடியாக அனுபவிக்கிறது, கஜினிமுகமது கொள்ளை கொண்டு போனது போல!

3. வணிகப் பொருளாதாரம்: தேனீ, தேனும் மகரந்தமும் சேமிக்கும் பணியில் கருவுருதல் நடைபெறுகிறது. சுயநலத்துக்காகச் செய்யும் பணியில் பொது நலமும் அடங்கியுள்ளது. இது இம்சை

கலவா பொருளாதாரம். உழவர்களும் கைவினைஞர்களும் இவ்வகையைச் சேர்ந்தவர்கள்.

4. **பொது நலப் பொருளாதாரம்:** தேனீக்கள் அடை கட்டிப் பூந்தேனை நறுந்தேனாக்கிச் சேமிக்கின்றன. பொது நலத்துக்காகவே இப்படித் தேனீ பணி செய்கிறது. குழுநலம் இங்கே பேணப்படுகிறது இது ஒரு படி மேல். கூட்டுக் குடும்பத்தில் இந்தக் முறையைப் பார்க்கிறோம். தொழில் புரிவோர் சங்கங்கள் இப்படிச் செயல்படுகின்றன.

5. **சேவைப் பொருளாதாரம்:** இயற்கையில் செயல்படும் பொருளாதாரத்தில் மிகவும் உயர்ந்தது இந்தச் சேவைப் பொருளாதாரம். தாய் - பிள்ளையிடம் இதை நன்கு காண முடியும். குஞ்சுக்கு இரை தேடித் தாய்ப் பறவை காடு முழுதும் அலையும். குஞ்சின் உயிரைக் காக்கத் தன் உயிரைப் பணயம் வைத்துத் தாய் போராடும். தன்னுடைய இன்றைய தேவைக்கோ, நாளைய தேவைக்கோ பறவை போராடவில்லை. எந்தப் பிரதிபலனும் பாராது வரப் போகும் சந்ததிக்காகத் தன்னை வருத்திக் கொள்கிறது. இம்சை இல்லாத நிலைத்த நீடித்த பொருளாதாரத்துக்கு நெருக்கமாக இந்தத் தாயன்பைப் பார்க்கிறோம்.

இயற்கைக்கு நெருக்கமாக வாழும் விலங்குகள் நோய் வாய்ப்படுவது இல்லை. எப்போதாவது சீரணக் கோளாறு ஏற்படும்போது தன்னிச்சையாகச் செடி, கொடிகளைத் தின்று வயிற்றுப் போக்கு, வாந்தி வழியாக நோயிலிருந்து விடுபடுகின்றன. மனிதன் மட்டுமே எண்ணற்ற நோய்களுக்கு இலக்காகிறான். காரணம், தன்னிச்சையாக வாழும் தகுதி அவனுக்கு இருக்கிறது.

விலங்குகள், பரம்பரை பரம்பரையாகப் பெற்றுள்ள உணர்வு நிலையில் செயல்படுகின்றன. பறவை, விலங்குகளின் வாழ்க்கையை ரயில் பாதைக்கு ஒப்பிடலாம். தண்டவாளம், பெட்டிகள் தடம் புரளாமல் செல்லப் பயன்படுகிறது. மனித வாழ்க்கை அப்படிப்பட்டதல்ல; அது சைக்கிள் ஓட்டுவதுபோல. சைக்கிள் ஓட்டுபவர், அவர் விரும்பும் இடத்துக்குப் போக முடியும். கைப்பிடி கையில் உள்ளது. விரும்பும் திசைக்குத் திருப்ப முடியும். ஆனாலும் செல்லும் இடத்துக்கு வரம்பு உண்டு. தண்ணீரில் தாவ முடியாது. வானத்தில் பறக்க முடியாது. உழுத நிலத்தில் சைக்கிளை இறக்கினால், சைக்கிள் குப்புறக் கவிழும். ஆதலால், வாழ்க்கையில் நன்மையும் தீமையும் மனிதனின் தன்னிச்சையான போக்கால் வந்தடைகிறது.

நன்னெறிகளைக் கடைப்பிடித்தால், மனிதன் உயர்ந்த இலக்குகளை எட்ட முடியும். தன்னை மதிப்பவர்களுக்கு அடங்கியவளாகவும் நம்பிக்கைக்கு உரியவளாகவும் இருக்கிறாள் இயற்கை அன்னை. தனக்கு விரோதமாக நடப்பவர்களுக்கு

இம்சையும் தண்டனையும் கொடுக்க அவள் தயங்குவது இல்லை.

மனிதனின் ஆகச்சிறந்த பண்பு, தன் சக உயிரினங்களிடம் காட்டும் அன்புதான். இத்தகைய தாயன்பின் வெளிச்சத்தையே இயற்கையிடம் காண்கிறோம். ஆதலால், தன் சக மனிதனுக்குச் சேவை செய்பவன் தெய்விகப் பண்பை மண்ணுக்குத் திருப்பி அளிக்கிறான்.

நாம் முன்பு பார்த்த ஐவகைப் பொருளாதாரத்தை மீண்டுமொரு முறை அலசுவோம். புலிப் பொருளாதாரமும், குரங்குப் பொருளாதாரமும் மிருக நிலையில் நிலவுவதாகும். இவை தற்காலிகமானவை; இம்சை கலந்தவை.

மூன்றாவது, நான்காவதான தேனீ பொருளாதாரம் இன்றைய மனித வாழ்வுக்குப் பொருத்தமானவை. பிற உயிர்க்குத் தீங்கு செய்யாது, தன் நலம் அல்லது குழுநலம் பேணுவது.

ஐந்தாவது வகையானது சேவைப் (பறவை) பொருளாதாரம். இது ஆன்மிகம் கலந்தது. தெய்விகப் பண்பு இது. சேவைப் பொருளாதாரமே இம்சையற்றது; அமைதிக்கான பாதை, நிரந்தரமானது.

ஆட்டுக்குட்டி மேல் பாயப் போகும் புலி, உட்கார்ந்தபடி ஆட்டுக்குட்டியின் உணர்வுகளை எடை போட்டுக் கொண்டிருக்காது. உடனடித் தேவையே அதற்கு முக்கியம்!

பண்டைய ரோம, கிரேக்க சாம்ராஜ்யங்கள் தங்களது சொத்து சுகங்களைப் பெருக்கிக் கொள்ள அடிமைகளைச் சித்ரவதை செய்தன. பிற நாடுகளைத் தங்களது காலனியாக்கிச் சுரண்டிக் கொழுத்த அனைத்தும் ஒட்டுண்ணிப் பொருளாதாரமே. சீனாவுடன் இங்கிலாந்து நடத்திய 'அபின்' வணிகம் இத்தகையதே! பிரிட்டனின் ஆலைத் தொழில் உற்பத்தியாளர் இந்தியச் சந்தையைச் சார்ந்திருந்ததும் ஒட்டுண்ணி வாழ்க்கையே! இதன் மூலம் மக்களும் வணிகர்களும் இந்தியாவில் மடிந்தார்கள்.

சமூகத்துக்கு எந்த உதவியும் செய்யாது, குரங்கு போல சமூகத்தின் செல்வத்தையெல்லாம் சூறையாடும் சமூகத்தவர் அடாவடித்தனமானவர்கள். இப்படித்தான் நதீர் ஷா, இந்தியச் செல்வங்களைக் கொள்ளை கொண்டு போனான். இந்தியர்களின் உற்பத்தி ஆற்றலை அழிக்கவில்லை. இது குரங்குப் பொருளாதாரம்.

தற்காலத்திய மனித வாழ்க்கை தேனீ வாழ்க்கையோடு பொருந்தக் கூடியது. அடுத்தவர்க்குத் துன்பம் விளைவிக்காது லாபம் தேடுவது. இந்தியாவிலும் சீனாவிலும் உழவர்கள் கிராமத்துக் கைவினைஞர்களுடன் கொண்டிருந்த உறவு இத்தகையது. உரிமையும் கடமையும் சமநிலையை எட்டிய உறவு இது.

மேம்பட்ட வாழ்க்கை அல்லது ஆன்மிக வாழ்க்கை: இங்கு சேவை என்பது குழுவோடு முடியவில்லை; எல்லா உயிரினத்தையும் தழுவி நிற்கிறது. 'அடுத்தவர்க்குத் தொண்டு செய்', 'இல்லாதவர்க்கு உதவு' என்பவையே இங்கு கற்பிக்கப்படுகிறது. இந்தச் சிந்தனையைப் பரப்புவதற்காகவே காந்தி தனது சக்தியையெல்லாம் செல விட்டார். இதற்காகவே அகில இந்திய நூற்போர் சங்கம், அகில இந்திய கிராமத் தொழில் சங்கம் போன்றவற்றை உருவாக்கினார். இத்தகைய இம்சை இல்லாத நிலைத்த பொருளாதாரத்தை நிறுவுவதையே, 'ராமராஜ்யம்' என்று காந்தி அழைத்தார்.

சுயநலமற்ற வாழ்க்கை வாழ, மனிதரால் மட்டுமே முடியும். அதற்கு, மனிதர் மனதில் எவ்வகை மதிப்புகள் குடியேறியுள்ளன என்பது முக்கியம்!

குழந்தையும் நாயும் இங்கு அனுமதிக்கப்படுவதில்லை!

"**பி**ரிட்டன் போல இந்தியா மாற முடியாது. அப்படி இந்தியா மாற வேண்டுமானால், இந்தியா கொள்ளையடிப்பதற்கு இன்னும் ஓர் உலகம் வேண்டும்!" என்று தேசப்பிதா காந்தி எழுதினார்.

உலகத்தின் இந்தத் தறிகெட்ட போக்குக்கு ஆணிவேர் எங்கு உள்ளது? சமூகத்தை தீய நெறிக்குத் தள்ளி வன்முறையைக் கையிலெடுக்கும் முதலாளித்துவத்தின் ஆணிவேரை ஜே.சி.குமரப்பா தோண்டிக் காட்டுகிறார்.

வேலை என்பதை ஆய்ந்து பார்த்தால், அதில் பல கூறுகள் இருப்பதைப் பார்க்கிறோம். குறிப்பாக நான்கு பாகங்கள் பார்க்கிறோம். முதலாவதாக நாள் தோறும் செய்ய வேண்டிய பணிகளும் ஓய்வும்; இவை இரண்டும் பிரிக்க முடியாதவை. அடுத்தது முன்னேற்றமும் உள்ளக் களிப்பும்; இவையும் பிரிக்க முடியாதவை.

வரலாறு நெடுகப் பார்த்தால்... வேலையின் கூறுகளைப் பிரிப்பதிலேயே மனிதன் காலத்தைச் செலவிட்டிருக்கிறான். தட்டிக் கேட்க முடியாத ஏழைகளின் முதுகில் அன்றாடக் கடமைகளைச் சுமத்துவது, செய்யப்பட்ட வேலையின் கனியை எசமானர் கையில் ஒப்படைப்பது ஆகியவை இதன் பாற்படும். வேலையை ஒதுக்கி வைத்துவிட்டு உல்லாசத்தை மட்டும் தனக்காக்கிக் கொண்ட ரோம, கிரேக்க சாம்ராஜ்யங்கள் மண்மேடாகிப் போனது வரலாறு காட்டும் உண்மை.

நவீன தொழில் முதலாளிய சாம்ராஜ்யங்கள் கையாளுவதும் இதே வழிமுறையைத்தான். ஆலை உற்பத்தியின் பயன்களும் தன்மைகளும் உற்பத்தி செய்யும் நாடுகளுக்குப் போக வேண்டும். தாங்க முடியாத துன்ப, துயரங்கள் மூலப் பொருள் வழங்கும் நாடுகளின் மீது சுமத்தப்பட வேண்டும். பணக்கார சாம்ராஜ்யங்கள் தங்களது விருப்பத்தை (தன்னைத் தவிர்த்த) மனித சமுதாயத்தின் மீது திணிப்பதற்காகவே, உலக அளவில் போர்கள் ஏவப்படுகின்றன.

உழவுக்கும் உண்டு வரலாறு!

இயற்கையில் வேலை செய்வோருக்கு இயற்கை கூலி கொடுக்கிறது. அந்தக் கூலி... ஆனந்தம்- மனநிறைவு. அது, குழந்தைக்குப் பால் கொடுக்கும் பொழுதிலேயே தாய்க்குக் கிடைக்கிறது. ஆனால், வாடகைத் தாய்க்கு, இன்னொருத்தியின் குழந்தைக்குப் பால் கொடுத்து முடித்தபின் கூலியாகக் கிடைக்கும் பணத்திலிருந்துதான் மகிழ்ச்சி பிறக்கிறது. பணம், சமூகத்தில் சதிராட்டம் போடுவதால்தான், மனித மாண்புகள் கேள்விக்குரியவை ஆகிவிட்டன.

மனிதனின் தொடக்க கால கண்டுபிடிப்புகளில் முதாலாவது... நெருப்பு என்றால், இரண்டாவது... சக்கரம். திறந்த வெளிகளில் இயற்கைச் சூழலில் வாழ்ந்த மனிதன், நெருப்பைக் கண்டுபிடித்ததும் உலோக காலத்துக்குள் அடியெடுத்து வைத்தான். காடுகளுக்குத் தீ வைத்தான். மேடு பள்ளத்தைச் சமப்படுத்தி பயிர் எழுப்பினான்.

சக்கரம் கண்டுபிடித்தது, வாகனங்களைக் கண்டுபிடிக்கவும் எந்திரங்களை ஓடச் செய்யவும் துணை செய்தது. காற்றையும் விலங்குகளையும் கூடத் தனக்காகச் சேவை செய்ய வைக்க முடிந்தது.

மனிதனின் மூன்றாம் கண்டுபிடிப்பான பணம், மக்களின் வாழ்க்கை விழுமங்களை (மதிப்புகளை) மாற்றிப் போட்டது. வாழ்வியல் பண்புக்குக் கொடுத்த முக்கியத்துவத்தை (Standard of life), வாழ்க்கைத் தரத்துக்கு (Standard of living) மாற்றிக் கொடுத்தது. ‘உயர்ந்த வாழ்க்கைத் தரம்’, ‘தாழ்ந்த வாழ்க்கைத் தரம்’ (High, Low) என்றெல்லாம் பேசப்படுகிறது. எது தாழ்ந்தது... எது உயர்ந்தது? எந்த அளவுகோலைக் கொண்டு பெயர் சூட்டுகிறோம்?

ஒருவருக்கு ஒரு வானொலிப்பெட்டி (இன்று தொலைக்காட்சி, கம்ப்யூட்டர்), ஒரு மோட்டார் கார் இவையெல்லாம் அடிமட்டத் தேவையாகப்படலாம். இன்னொருவருக்கு இரண்டு வேளை உணவே ஆடம்பரமாகத் தோன்றலாம். ஆதலால், நமது நாட்டில் நிலவும் எதார்த்தச் சூழ்நிலையைக் கணக்கில் கொண்டு ஒரு அளவுகோல் தயாரிப்பது அவசியமாகிறது.

இந்த அளவுகோல், பொருளாதாரத்தை அடிப்படையாகக் கொண்டிருக்குமா... கலாசாரத்தைக் கணக்கில் எடுக்குமா... அல்லது சமூகத்தின் தேவையை அடிப்படையாகக் கொண்டிருக்குமா?

மாடி வீட்டுக்காரருக்கு மோட்டார் காரும், தூசு உறிஞ்சும் கருவியும் தேவைப்படலாம். குடிசைவாசிக்கு மிகவும் குறைந்தபட்ச பண்டங்களே மகிழ்வளிக்கப் போதுமானதாகலாம்.

ஓர் எடுத்துக்காட்டைச் சீர்தூக்கிப் பார்ப்போமா...?

உயர்தரமான வாழ்க்கையை இங்கிலாந்தில் பார்க்கலாம் என்று

சொல்வார்கள். அங்கு ஒரு தோட்டக்காரர் இரண்டு மாடி கட்டடத்தில் வசிப்பார். வீட்டு மாடியில் மூன்று அல்லது நான்கு படுக்கை அறைகள் இருக்கும். ஒவ்வோர் அறையிலும் ஒரு குளியலறையும் கழிவறையும் இணைந்திருக்கும். கீழ்ப்பகுதியில் ஒரு விசாலமான கூடம், சமையலறை, சாப்பாட்டு அறை, சேமிப்பு அறை, பாத்திரம் கழுவும் அறை அனைத்தும் இருக்கும். எல்லா சன்னல்களிலும் திரை தொங்கும். தூசியை வெளியே நிறுத்த வாயில்களிலே கனமான திரைகள் தொங்கும். தரைகளில் விரிப்பு விரிக்கப்பட்டிருக்கும். சுவர்களில் பேப்பர் ஒட்டப்பட்டிருக்கும்.

எல்லா அறைகளிலும் (மலிவானதாக இருப்பினும்) மேசை, நாற்காலி, அலமாரி போடப்பட்டிருக்கும். எடுத்துக்காட்டாக சாப்பாட்டு அறையில் ஒரு சாப்பாட்டு மேசை, கையில்லாத நாற்காலி, கண்ணாடி பொருத்தப்பட்ட அலமாரி இருக்கும். மேசையில் விரிப்பு இருக்கும். மேசைக்குரிய மிகப்பொருத்தமான பேசின்கள், கிண்ணங்கள், தட்டுகள், தேக்கரண்டி, மேசைக் கரண்டி, முள்கரண்டிகள் இருக்கும். குறிப்பிட்டுச் சொன்னால்... இனிப்பு, சூப், இறைச்சி, மீன் ஒவ்வொன்றுக்கும் வேறு வேறு கிண்ணங்களும் கரண்டிகளும் இருக்கும். ஏனென்றால், ஒன்றில் போட்டதை மற்றதில் போடுவது தவறான செயல். மீனுக்குத் தேவையான கத்தியும் முள்கரண்டியும் வேறாக இருக்கும். இறைச்சிக்குத் தேவையான கத்தியும் முள்கரண்டியும் வேறாக இருக்கும். பரிமாறப்படும் பாத்திரங்களும் வெவ்வேறாக இருக்கும். ஒரு நபர் சாப்பிட்டு எழுந்தால், குறைந்தது 50 பொருள்கள் கழுவப்பட வேண்டி இருக்கும். இதுதான் உயர்தரமான வாழ்க்கை முறை (High Standard of living) என்று பேசப்படுகிறது.

இங்கிலாந்து தோட்டக்காரர் வாழ்க்கை இப்படி இருக்க... இந்தியாவில் ஒரு மாநில முதல்வர் அல்லது திவான் இல்லம்

எப்படி இருக்கிறது? அதிகமான நாற்காலி, மேசைகளைப் பார்க்க முடியாது. தரையில் மொசைக் போட்டிருக்கலாம். அல்லது ஓடு பதித்திருக்கலாம். எளிதில் கழுவக் கூடியதாக இருக்கும். தூசி குப்பை சேர்க்கும்படியாக விரிப்பு இருக்காது. இந்த வீட்டில் வசிப்பவர்தான் கோடிக் கணக்கானவர்களின் தலைவிதியைத் தீர்மானிக்கிறவராக இருக்கிறார். வீட்டுக்குள் வெறுங்காலுடன் நடக்கிறார். தென்னிந்தியாவில் பலர் இப்படித்தான் வாழ்கிறார்கள்.

நம் திவான் ஏதோ ஓர் ஆசனத்தில் சப்பணம் போட்டு உட்கார்ந்து சாப்பிடுகிறார். பெரும்பாலும் தட்டு இல்லை. வாழை இலையில் சாப்பாடு. இவர் கத்தி, முள்கரண்டியோடெல்லாம் போராடுபவர் அல்ல. ஏன் எனில் கத்தி, கரண்டியையெல்லாம் பயன்படுத்துவது ஒரு கற்பிக்கப்பட வேண்டிய கலை. தானே லேசில் வராது!

ஏழை மனிதனுக்கு இயற்கை கொடுத்த கைவிரல்கள் உள்ளன. உண்ட பின்பு வாழை இலை கழுவப்பட வேண்டியதில்லை. இலையைத் தோட்டத்தில் வீசினால் போதும். ஆடு தின்றுவிட்டு வீட்டுக்காரருக்கு பாலாக மாற்றிக் கொடுத்துவிடும். திவானின் கை விரல்கள் மட்டுமே கழுவப்பட வேண்டியவை. ஒப்பீட்டளவில் இது தாழ்ந்த தரமான வாழ்க்கை. (Low Standard of living)

மனிதன் உற்பத்தி செய்த பொருள்களை அனுபவிப்பது என்று பார்த்தால், ஆங்கிலேயர் வாழ்க்கைத் தரம் உயர்ந்தது. மனிதப் பண்புகள் சிறந்தவை. மிகுந்தவை என்று பார்த்தால் இந்திய திவான் வாழ்க்கையே உயர்தரமனது.

புழக்கத்தில் உள்ள பண்டங்களை வைத்துப் பார்த்தால் வாழ்க்கைத் தரத்தை ‘எளிமையானது’, ‘சிக்கல் மிகுந்தது’ என்றே பெயர் சூட்ட வேண்டும். சிக்கல் மிகுந்த வாழ்க்கைத் தரம், பண்ட உற்பத்தியாளருக்குச் சந்தையை உருவாக்கித் தருகிறது. தோட்டக்காரரின் மனைவிக்குத்தான் எத்தனை வேலைச்சுமைகள்! தரை விரிப்புகளைத் துப்புரவு செய்ய வேண்டும். சன்னல் விளிம்புகளைத் துடைக்க வேண்டும். திரைகளைத் துவைக்க வேண்டும். படுக்கை விரிப்பு - மேசை விரிப்புகளை சலவை செய்ய வேண்டும். சமையல் பாத்திரங்கள் சாப்பாட்டுப் பாத்திரங்கள் சுத்தம் செய்ய வேண்டும். இவையல்லாமல், கடைத்தெரு சென்று வருவது போன்ற அன்றாட வேலைகள் வேறு தொற்றிக் கொள்ளும். ஒரு முள்கரண்டியில் கம்பிகளுக்கு இடையில் உள்ள அசுத்தத்தை கழுவுவதற்கு, ஓர் ஆள் கைகழுவுவதை விடவும் அதிக சிரமம் உள்ளது.

இப்படிச் சுமைகளை வாரிக் கட்டிக் கொள்ளும் இல்லத்தரசிகளுக்கு குழந்தைகளே சுமையாகிவிடும். அதனால், மேலைநாடுகளில் வாயிற் கதவுகளில் தொங்கும் பலகையில்

'குழந்தையும் நாயும் இங்கு அனுமதிக்கப்படுவது இல்லை!' என்று எழுதப்பட்டிருக்கும். தோட்டக்காரரின் பெண்சாதியின் வேலையைக் குறைப்பதாகச் சொல்லி, தூசு துடைக்கும் எந்திரம், பாத்திரம் கழுவும் எந்திரம், துணி துவைக்கும் எந்திரம் அனைத்துக்கும் ஏகப்பட்ட விளம்பரம் செய்து பெண்ணிடம் தவணை முறையில் விற்று அவளது சேமிப்பைப் பறித்துக் கொள்கிறார்கள். எந்திரங்கள் பழுதாகும்போது பழுதுபார்க்க (சேவை) பணியாளர்கள் வருவார்கள். அதற்கும் கட்டணம் வசூலிப்பார்கள். நாளும் அரை மணி நேரம் வேலை செய்த அண்டை வீட்டு மூதாட்டியை வெளியேற்றி விட்டு, எந்திரங்களோடு மல்லாடிக் கொண்டிருப்பாள் பெண்சாதி.

கதவுக்கு வெளியே என்ன நடக்கிறது என்பதே தெரியாத அளவுக்கு அவர்கள் தனிமைப்படுவார்கள். வெளியேற்றப்பட்ட சேவகர்கள் ஆலைகளின் வாயிலில் தவமிருப்பார்கள். இப்படியொரு மாற்றம் ஏற்பட்டதால், இங்கிலாந்தின் வயற்காடுகளில் பயிர் செய்ய ஆள் இல்லாமல் நிலங்கள் தரிசாக விடப்பட்டன.

எந்த ஒரு நாடும் நிலக்கரியையும், கரும்பையும், தகரத்தையும் உண்டு உயிர் வாழ முடியாது. அதற்கு உணவு தேவை. இதனால்தான் தவிர்க்க முடியாமல் பிற நாடுகளை இங்கிலாந்து அடிமையாக்க நேரிட்டது. உணவுப் பண்டங்களையும் மூலப் பொருள்களையும் கொள்ளை கொண்டு போவதை எந்த நாட்டு மக்களும் ஏற்றுக் கொள்ள மாட்டார்கள். எனவே, ஆங்கிலேயர்களது வாழ்க்கையின் அடித்தளம் 'வன்முறை' என்றானது.

1945-ம் ஆண்டிலேயே குமரப்பா இப்படிக் கூறினார். அதன் பின்னும் இந்தியர் பலரே இங்கிலாந்தின் தோட்டக்காரரை காப்பியடிக்கிறோம். அது சரி... நாம் ஆசியனாக வாழப் போவது எப்போது?

இறக்குமதி என்னும் அடிமைச் சாசனம்!

நம் மக்கள் முதலில் உணவு, உடை, வீடு, சுகாதாரம், கல்வி போன்றவற்றில் தன்னிறைவு பெற்றவர்களாக இருக்கிறார்களா என்பதில் நாம் கவனம் செலுத்த வேண்டும். இதைச் செய்து முடிக்காமல் ஏற்றுமதி வணிகத்துக்காகப் பண்டங்களை உற்பத்தி செய்வது மூடத்தனம். ஒரு கஞ்சன், தன்னிடம் உள்ள பணத்தை எண்ணி எண்ணிப் பார்த்து மகிழ்ச்சியடைவான். அவனைத் தவிர மற்றவர்க்கு அந்தப் 'பணம்' எந்த இன்பத்தையும் தராது!

பட்டினி கிடக்கும் மக்கள் கையில் நிறையப் பணத்தை மட்டும் கொடுத்துப் பாருங்கள்... 'பணத்தையா திங்க முடியும்?' என்று ஏச்சுக்கும் பேச்சுக்கும் ஆளாவதைத் தவிர வேறொன்றும் நடக்காது. ஆதலால், மக்களின் அடிப்படைத் தேவைகளை நிறைவு செய்வதே அரசாங்கத்தின் முதல் கடமையாக இருக்க வேண்டும்.' இப்படி ஜே.சி. குமரப்பா எழுதி வைத்திருக்கிறார்.

இந்தியாவில் திட்டம் தீட்டியவர்களுக்கு, இப்படியொரு பார்வை இல்லாத காரணத்தால்... இரண்டாவது முறையாக அடிமைச் சாசனத்தில் கையொப்பம் இட்டுக் கொண்டிருக்கிறோம். ஆம், உணவை இறக்குமதி செய்கிறோம்.

"குப்பை - கூளம் இல்லாமல் கோதுமை கொடுங்கள்" என்று அமெரிக்காவிடம் கேட்டோம். அதற்கு அவர்கள் அளித்த பதில்: 'நாங்கள் இப்படித்தான் கொடுப்போம். நீங்கள் வேண்டுமானால் வாங்கிக் கொண்டு போய் சுத்தம் செய்து கொள்ளுங்கள்!' இப்படியொரு இழிநிலை இன்னமும் தொடர வேண்டுமா?

"கூடாது... கூடவே, கூடாது!" என்று ஓர் அமைப்பு குரல் கொடுக்கிறது. அதன் பெயர். 'உழவு - பார்வை' கூட்டமைப்பு. இயற்கை வழிப் பண்ணையத்தில் ஈடுபாடு கொண்டுள்ள உழவர்கள், நுகர்வோர்கள், சிந்தனையாளர்கள், இந்த 'உழவு - பார்வை' கூட்டமைப்பில் இருக்கிறார்கள். இதன் ஒருங்கிணைப்பாளர், மராட்டிய மாநில சூழல் - மனித உரிமைப் போராளி பரத்.

விகடன் பிரசுரம்

‘உழவு - பார்வை’ கூட்டமைப்பு, 11-ம் ஐந்தாண்டுத் திட்டத்தில் செயல்படுத்தப் படுவதற்காக 11 அம்சக் கோரிக்கைகளை தலைமை அமைச்சர் மன்மோகன் சிங் பார்வைக்கு அனுப்பியுள்ளது. இந்தக் கோரிக்கை மனுவில் 33 நிறுவனங்களும் 75 தனிமனிதர்களும் (தமிழக இயற்கை உழவர் இயக்கம் உட்பட) கையொப்பம் இட்டிருக்கிறார்கள். வேளாண்மையில் ஏற்பட்டுள்ள நெருக்கடிக்குத் தீர்வாக இந்தக் கோரிக்கை வைக்கப்பட்டிருக்கிறது. அந்த ஆவணத்தை பிரதமர் படித்துப் பார்த்தாரா என்று நமக்குத் தெரியாது. ஆனால், உழவர்கள், நுகர்வோர்கள் தெரிந்து கொள்வது, எரியும் நெருப்பில் கொஞ்சம் நீர் வார்ப்பதற்கு உதவும். அந்த 11 அம்சங்களைத் தெரிந்து கொள்வதற்கு முன்பாக, அதன் முன்னுரையைச் சுருக்கமாகப் பார்க்கலாம்.

‘இந்தியாவில் வேளாண்மை நெருக்கடிக்கு ஆளாகியுள்ளது. சுழலேணி போல வளர்ந்து வரும் சூழல் பிரச்னைகள், விடாது உயர்ந்து வரும் செலவினங்கள், உற்பத்தியில் தேக்கம், உழவர்கள் கடன்படுவது, தற்கொலைக்கு ஆளாவது என்று அனைத்தும் சேர்ந்து நமக்கு உணர்த்துவது ‘பசுமைப் புரட்சி’ உழவியல் தொழில் நுட்பம் தோற்றுப் போனதைத்தான். பசுமைப் புரட்சியின் மூலம் நமக்குக் கொடுக்கப்பட்ட தொழில் நுட்பம், நிலைத்து நீடிக்கவல்ல உற்பத்திக்குத் துணை போகாது.

அமெரிக்கர்களில் மூன்று விழுக்காடு மக்களே உழவர்கள். அவர்களுக்கும் பல நூறு கோடி டாலர் மானியமாக அமெரிக்க அரசு கொடுக்கிறது. அதனாலேயே அமெரிக்கா பொருளியல் அடிப்படையில் போண்டியாகிக் கொண்டுள்ளது. ரசாயன இடுபொருள் மிகுந்த ‘பச்சைப்புரட்சி’ வேளாண்மையால் லாபம் யாருக்கு? இடுபொருள்களும் எந்திரமும் விற்பனை செய்த பன்னாட்டு கம்பெனிகளுக்கு மட்டுமே லாபம் கிட்டியுள்ளது.

அண்மையில் வெளியான இந்திய தேசிய உழவர் கமிஷன் அறிக்கை இப்படிச் சொல்கிறது: ‘40% இந்திய உழவர்கள், வேறு வாய்ப்பு கிடைத்தால் பண்ணைத் தொழிலை விட்டு விலகத் தயாராக உள்ளனர்’. அதாவது, இதே நிலைமை நீடித்தால், சுமார் 25 கோடி உழவர்கள் உயிர்ச் சூழல் அகதிகளாக மாற்றப்படுவர்.

நெருக்கடிக்குத் தீர்வாகப் பன்னாட்டு கம்பெனிகள், மரபணு மாற்றுப் பயிர்களைப் புகுத்தத் திட்டமிடுகின்றன. மரபணு மாற்றுப் பயிர்களால் துன்பங்கள் பெருக மட்டுமே வாய்ப்பு உள்ளது. பி.டி. எனப்படும் மரபணு மாற்று நஞ்சை எதிர்க்கும் சக்தி பெற்ற பூச்சிகள், எதிர்காலத்தில் சமாளிக்க முடியாத அளவுக்குக் கொடூரமாக மாறும் அபாயம் உள்ளது. நுகர்வோரின் உடல்நலம் பாதிக்கப்படும் அபாயம் உள்ளது. மரபணு மாற்றுப் பயிர்கள் சுற்றுச்சூழலை மாசுபடுத்தும் வாய்ப்பே மிகுதி. இவை பொருளியல்

இழப்பை உண்டு பண்ணும் என்பதற்கு இந்திய, சீன அனுபவங்கள் சாட்சி கூறுகின்றன.

பச்சைப் புரட்சித் தொழில் நுட்பமும் மரபணு மாற்றுத் தொழில் நுட்பமும் கையாளப்படும் வேளாண்மையில் ரசாயன உரங்களும் பூச்சிக்கொல்லிகளும் புதுப்பிக்க முடியாத எரிசக்தியும் பெரிய அளவில் பயன்படுத்தப்பட வேண்டும். இவற்றின் பயன்பாடு நேரடியாக பூமி வெப்பக் கூடாரமாக மாறுவதற்குத் துணை போகிறது. இந்த வகை ரசாயனங்கள், உலகம் முழுவதும் வெளியிடப்படும் கரியில் (கார்பன்) 25%, மீத்தேன் வாயுவில் 60%, நைட்ரஜனில் 80% என்று வெளிவிடுகின்றன. கார்பன்-டை-ஆக்சைடு பூமியை எவ்வளவு சூடாக்க முடியுமோ, அது போல 200 மடங்கு வல்லமை பெற்றவை தழைச்சத்து உரங்களிலிருந்து வெளியாகும் நைட்ரஜன்.

இந்தியாவில் சிறு - குறு உழவர் எண்ணிக்கை 80%. இந்தக் குடும்பங்கள் சொந்தமாக வைத்திருப்பது ஐந்து ஏக்கருக்கும் குறைவான நிலங்களே. இதில் 90% குடும்பங்கள் பயிர் வைப்பதற்கு மழையையே நம்பியுள்ளன. பசுமைப் புரட்சி வெள்ளாமையில் சாகுபடிச் செலவு அதிகம். பயிர் விளையாமல் போகும் ஆபத்தும் அதிகம். அதனால் செலவழித்த பணத்தைக் கூட எடுக்க முடியாமல் போகிறது.

1990-91, 95-96 ஆகியவற்றுக்கு இடைப்பட்ட ஐந்தாண்டுகளில் ரசாயன உரங்களின் விலை 113% உயர்ந்தது. பூச்சிக்கொல்லிகளின் விலை 90% உயர்ந்தது. அதே காலகட்டத்தில் கோதுமையின் கொள்முதல் விலை 58% மட்டுமே உயர்ந்தது. எல்லாப் பயிர் களுக்கும் குறைந்த மட்ட ஆதரவு விலை 38% முதல் 50% மட்டுமே உயர்ந்தது. 60 கிலோ கொண்ட நெல் மூட்டை ஒன்றின் விலை 330 ரூபாயிலிருந்து 300 ரூபாய் எனச் சரிந்தது. அதனால், விளைபொருள் உற்பத்தி 1939-44-ம் ஆண்டுகளான பஞ்ச காலங் களைக் காட்டிலும் மிகவும் சரிந்தது.

கடன்பட்டு, துயருற்றுத் தற்கொலை செய்து கொள்ளும் உழவர்களுக்கு நிவாரண உதவிகள் மட்டுமே போதாது. கடனையும் வட்டியையும் அந்த உழவர்களுக்குத் தள்ளுபடி செய்ய வேண்டும். நியாயமான குறைந்த மட்ட விலை முடிவு செய்யப்பட வேண்டும். எல்லாவற்றுக்கும் மேலாக அனைத்து உழவர்களும் இயற்கை வழி வேளாண்மை செய்ய அரசு ஒத்தாசையாக இருக்க வேண்டும்.

இயற்கை வழி உழவாண்மை என்பது செலவு குறைந்தது. விபத்து குறைந்தது. சத்து மிகுந்தது. பூரணத்துவம் உள்ளது. அதுவே நிலைத்து நீடிக்க வல்லது ஆகும். பசுமைப் புரட்சி தொழில் நுட்பத்தால் ஏற்பட்டுள்ள உயிரியல், பொருளியல் இழப்புகளுக்கு இயற்கை வழி உழவாண்மை ஒன்றே மாற்றாகும். இயற்கை வழி

உழவாண்மையில் கையாளப்படும் உத்திகள் பூரணத்துவம் வாய்ந்தவை. இதுவே பல உழவர்களின் அனுபவமாக இருந்துள்ளது. உழவுக்கு அடித்தளமான உயிர்ச் சூழலை மீட்டெடுக்க வல்லதுவும் இதுவே.

நாட்டில் 60% நிலப்பரப்பு வானம் பார்த்த பூமியாக உள்ளது. இந்த நிலங்களில் எந்தவித இழப்பும் இன்றி இயற்கை உழவாண்மையை நடைமுறைப்படுத்த முடியும். ஐக்கிய நாடுகள் சபையைச் சேர்ந்த உலக உழவு - உணவு அமைப்பும் ஆந்திராவில் பட்டன்செரு என்ற இடத்தில் உள்ள சர்வதேச மானாவாரி சாகுபடி ஆராய்ச்சி நிறுவனமான 'இக்ரிசாட்'டும் நீண்ட ஆய்வுக்குப் பின் இந்த முடிவுக்கு வந்துள்ளன. நஞ்சற்ற உணவும், சரிவிகிதச் சத்து மிகுந்த உணவும், பரவலாக்கப்பட்ட சமூக நீதியும் ஏழைக்கு உதவுவதும் இயற்கை வழிச் சாகுபடியில் மட்டுமே சாத்தியப்படும்.

இயற்கை உழவாண்மையின் பயன்கள்:

இயற்கை வழி பண்ணையத்தில் மையமாக விளங்குவது கலப்புப் பயிர் சாகுபடி. இயற்கை வழி வேளாண்மை மண்ணில் வாழும் பல நுண்ணுயிர்களை வளர்க்கிறது. பயிர்களுக்குத் தேவையான தனிமங்களை இந்த நுண்ணுயிர்கள் வழங்குகின்றன. மண்ணின் பௌதிகத் தன்மையையும் உயர்த்துகின்றன. மண்ணில் புரைகளைக் கூட்டுகின்றன. காற்றோட்டம் கூடுகிறது. ஈரப்பிடிப்பு உயர்கிறது. வடிகால் வசதி கூடுகிறது. மண் அரிப்பு தடுக்கப்படுகிறது. இதன் மூலம் தொடர்ந்து விளைச்சல் அதிகரித்த வண்ணம் உள்ளது, இடுபொருள் செலவு குறைகிறது. இதன் மூலம் பண்ணை வருவாய் உயர்கிறது.

கலப்புப் பயிர் சாகுபடி பண்ணையின் மொத்த விளைச்சலைப் பெருமளவு உயர்த்துகிறது. இந்தப் பயிர்கள் நிறையக் கரியை உள்வாங்குவதால் பூமி வெப்பக் கூடமாவது குறைகிறது. கழிவுகளின் சுழற்சி, நிலவளம் பராமரிக்கப்பட உதவுகிறது. ஒவ்வோர் ஆண்டும் இறக்குமதி செய்யப்படும் பருப்பும் எண்ணெய் வித்தும் இங்கேயே உற்பத்தியாக உதவும்.

நமது நாட்டில் தண்ணீர் மற்றும் சக்தி பற்றாக்குறை கூடிய வண்ணம் உள்ளது. ஒரு ஏக்கர் பரப்பில் ஒரு அடி ஆழம் மண் இருந்து அதில் 1% மக்கு உயரும்போது... 74,250 லிட்டர் தண்ணீர் சேமிக்கப்படுகிறது.

இத்தகைய எதார்த்த நிலையை கவனத்தில் கொண்டே 11-வது ஐந்தாண்டு திட்டத்தில் செயல்படுத்துவதற்கான 11 அம்சக் கோரிக்கைகள் தயாரிக்கப்பட்டுள்ளன.

உலகுக்கே தலைமையேற்க இந்தியாவுக்கு ஒரு வாய்ப்பு!

ஐந்தாண்டுத் திட்டங்கள் என்பதே ஒரு சம்பிரதாயமாகிக் கொண்டிருக்கிறது. இதோ 11-ம் ஐந்தாண்டு திட்டத்துக்கான ஏற்பாடுகள் தீவிரமாக நடக்கின்றன. இந்த முறையும் பழைய நிலை தொடரக் கூடாது என்பதுதான் பலரது வேண்டுதலாக இருக்கிறது. தேச நலம், சமூக நீதி இவற்றை முன்னிலைப்படுத்தி சிறப்பான அணுகுமுறையில் திட்டம் உருவாக்கப்பட வேண்டும் என்பதுதான் அவர்களின் ஆசை.

கடந்த அத்தியாயத்தில் இதைப் பற்றிக் கொஞ்சம் பார்த்தோம். அப்படி ஆசைப்பட்டவர்கள் சார்பாக 11-அம்சத் திட்ட வரைவு ஒன்று இந்திய அரசாங்கத்துக்குப் பரிந்துரையாகவும் கோரிக்கை மனுவாகவும் அனுப்பப்பட்டி ருக்கிறது என்பதையும் குறிப்பிட்டேன். கோரிக்கை மனுவை ஆட்சியாளர்கள் படித்துப் பார்த்து முடிவெடுப்பது ஒரு புறம் இருக்கட்டும். அதற்கு முன்னதாக அந்த 11 அம்சங்கள் என்ன என்பதை நீங்கள் தெரிந்து கொள்வது மிகவும் அவசியம் என்று நினைக்கிறேன்.

1. 11-வது ஐந்தாண்டுத் திட்ட காலம் முடிவடையும்போது, சாகுபடியில் உள்ள அனைத்து நிலங்களும் பொருளியல் அடிப்படையில் தாக்குப்பிடிக்கக் கூடியதும் உயிரியல் அடிப்படையில் நிலைத்து நீடித்திருக்க வல்லதுமாக மாற்றப்பட வேண்டும். இதற்கு ஏற்ப ஒவ்வோர் ஆண்டும் 20% நிலம், நிலைத்து நீடிக்கவல்ல வேளாண்மைக்கு மாற்றப்பட வேண்டும். உழவர்களில் சிறு - குறு உழவர்கள் 80% பேர். இவர்களது உணவு, மற்றும் வாழ்வுரிமை பாதுகாக்கப்படும் விதத்தில் அரசுத் திட்டங்களில் முன்னுரிமையும், இலக்கும் முடிவு செய்யப்பட்டு வடிவமைக்கப்பட வேண்டும்.

2. யூரியா, நைட்ரேட் போன்ற ரசாயன உரங்கள் அதிகமாக நிலத்தில் இடுவது வழக்கில் உள்ளது. இது இந்திய நிலங்களில் உயிரோட்டமுள்ள உயிரியல் சமநிலையைச் சிதைக்கிறது.

மேலும் பூமி வெப்பக் கூடாரமாக மாறுவதற்குத் துணை போகிறது. ஒவ்வோர் ஆண்டும் இந்த ரசாயன உரங்களுக்குக் கொடுக்கும் மானியத்தை படிப்படியாகக் குறைப்பதன் மூலம் ரசாயன உரம் இடுவதற்கு ஊக்கமளிப்பது தவிர்க்கப்பட வேண்டும். முன்னதாகவே வெளிப்படையாக இது அறிவிக்கப்பட வேண்டும்.

3. மேலே சொல்லப்பட்ட விதத்தில் சேமிக்கப்படும் பணம் அனைத்தும் (யூரியாவுக்கு மட்டும் ஆண்டு தோறும் 22 ஆயிரம் கோடி ரூபாய் ஒதுக்கப்படுகிறது.) சிறப்பான முறையில் இயற்கை வழி வேளாண்மை செய்வோருக்கு ஊக்கத் தொகையாக வழங்கப்படுவது நாடு முழுக்க இருக்கும் விவசாயிகளை ஊக்கப்படுத்துவதற்குச் சமம். இந்தத் தொகை, உள்ளூரிலேயே உயிர் உரங்கள் தயாரிக்கவும் இலை - தழை எரு தயாரிக்கவும் மரம் வளர்க்கவும் உதவ வேண்டும்.

11-வது ஐந்தாண்டுத் திட்டம் பற்றி முதல்வர் கருணாநிதியின் கடிதம்

கடந்த பல்லாண்டுகளாக மண் வளம் அழிக்கும் ரசாயன உரங்கள், பூச்சிக்கொல்லிகள், களைக்கொல்லிகள் போடுவதற்கு மானியம் அளிக்கப்பட்டுள்ளது. ஆதலால், தற்போது உற்பத்தி நீடிப்பதற்கு ஏற்ற வகையில் நிலவளம் உயர்த்தவும் எரு தயாரிக்கவும் மானியம் தர வேண்டியுள்ளது. இத்தகைய உயிரோட்டமுள்ள மாற்றம் நிகழும்போது, ஆரம்பத்தில் இரண்டு, மூன்று ஆண்டுகளுக்கு விவசாயி இழப்பைச் சந்திக்கக் கூடும். எனவே, ஏக்கருக்கு 1,600 ரூபாய் மானியம் அளிக்க வேண்டும்.

4. நமது இயற்கை ஆதாரங்களான, நிலம், நீர், காடு, மரம், மற்றும் உயிரியல் பன்மயம் ஆகியவற்றுக்குப் புத்துயிர்ப்பு அளிக்க நாடு தழுவிய அளவில், போர்க்கால அடிப்படையில் பிரசாரம் மேற்கொள்ளப்பட வேண்டும்.

5. நமது விளைநிலங்களில் 60% மழையை நம்பியவை. எனவே, நிலத்தடி நீர் மட்டத்தை உயர்த்தவும், பண்ணைக் குட்டை வெட்டவும் 100% மானியம் அளித்து, அதன் வாயிலாக பாதுகாப்புப் பாசனத்துக்கு முன்னுரிமை தர வேண்டும். பேரணைத்

திட்டங்களால் பல்வேறு இடர்ப்பாடுகள் ஏற்படுகின்றன. எனவே, அவற்றைத் தவிர்ப்பதே நல்லது.

பாசன உழவர் சங்கம், சுய உதவிக் குழுக்கள், உள்ளூரில் வாழும் உழவர் கட்டுப்பாட்டில் உள்ள கிராம உற்பத்தியாளர் கம்பெனிகளிடம் நீர் நிர்வாகம் ஒப்படைக்கப்பட வேண்டும்.

குறைந்தபட்சத் தேவைக்குக் கூடுதலாகப் பயன்படுத்துவோருக்கு ஒரு ஏக்கருக்கு இவ்வளவு ரூபாய் என்று தண்ணீர்த் தீர்வை தீர்மானிக்கப்பட வேண்டும். (ஒரு ஏக்கரில் கரும்பு பயிரிடுவோர் பயன்படுத்தும் தண்ணீர் கொண்டு, 25 ஏக்கர் கம்பு, சோளம், தினை, வரகு, கேழ்வரகு இப்படி ஏதாவது ஒன்றைப் பயிர் செய்ய முடியும்).

6. அரசாங்கத்தின் நிதி, கடன், மானியம் வழங்கல் திட்டங்களின் நோக்கங்கள் சிறு மற்றும் குறு உழவர்களின் சொத்து உருவாக்கமாக இருக்க வேண்டும். திட்டத்தின் உதவிகள் உள்ளூர் சுய உதவிக் குழுக்கள், பாசன உழவர் சங்கங்கள், உழவர் அமைப்புகள் வழியாக உழவர்களைச் சென்றடைய வேண்டும். இயற்கை வள ஆதார

மேம்பாட்டில் ஈடுபட்டுள்ள சிறு மற்றும் குறு உழவர்களுக்கு ஆதரவு வழங்கக் கூடுதல் நிதி ஒதுக்க வேண்டும்.

7. சந்தைகள் காட்டும் கருணையில்தான் தற்போது சிறு, குறு உழவர்கள் காலம் தள்ள வேண்டியுள்ளது. நல்ல விலைக்காக சில காலம் வைத்திருந்து விற்க முடியவில்லை. விளைபொருளை வைத்திருந்து விற்கவும் மதிப்புக் கூட்டவும், பையில் அடைக்கவும், கூட்டாக விற்பனை செய்யவும் போதிய அளவுக்கு உழவர் நிதி நிலை மேம்படுத்தப்பட வேண்டும். இயற்கை வேளாண்மையில் ஈடுபடும் உழவர்களுக்கு (சிறு மற்றும் குறு உழவர்களுக்கு) வரி தள்ளுபடி, சலுகைகள், குறைந்த வட்டிக் கடன்கள், எளிதில் கிடைக்கும் கடன் ஆகியவை வழங்கப்பட வேண்டும்.

ஒரு பயிர், இயற்கையில் விளைந்தது என்று நிரூபிக்கச் சான்று தேவைப்படுகிறது. இந்தச் சான்றிதழைப் பெற பணம் செலவழிக்கத் தேவையில்லை என்ற நிலையை உருவாக்க வேண்டும். ரசாயனம் இடப்பட்டு விளைவிக்கப்பட்ட பண்டங்கள், மரபணு மாற்றம் செய்யப்பட்ட உணவுகள் ஆகியவற்றுக்கு நுகர்வோர் நலம் கருதி சிறப்பான 'லேபிள்' ஒட்டப்பட வேண்டும்.

8. மலிவான சத்துமிகு உணவு அனைவருக்கும் கிட்ட வேண்டும். பொது விநியோகக் கடைகளில் உள்ளூரில் உற்பத்தி செய்யப்பட்ட சத்துமிகு தானியங்கள் உட்பட பல விதப் பொருள்களும் நுகர்வோர் முன் வைக்கப்பட வேண்டும். சிவில் உரிமைப்படி உள்ளூர் சுய உதவிக்குழு அல்லது உற்பத்தியாளர் கம்பெனி நிர்வாகத்தில் பொதுவிநியோக அமைப்புகள் செயல்பட வேண்டும். இதனால், நீண்ட தூரப் போக்குவரத்தால் ஏற்படும் எரிபொருள் செலவும், பூமியைக் கரியாக ஆக்குவதும் குறைக்கப்படும். உணவுப் பண்டம், முதல் நிலை மதிப்பூட்டல், இடம் மாற்றம் (பண்ணை உற்பத்தி) வட்டாரத்திலேயே விற்பனை போன்றவை காரணமாக பண்ணைக்கும் விற்பனைக்கும் இடையே 150 - 200 கிலோ மீட்டருக்கும் தூரமாக இருக்கக் கூடாது.

9. உழவர்களின் புதிய கண்டுபிடிப்புகள் மற்றும் படைப்பாற்றல் உடனடியாக முறைப்படி மக்கள் மத்தியில் பரவலாக்கப்பட வேண்டும். கல்வி, ஆராய்ச்சி மற்றும் விரிவாக்க அமைப்புகள் இவர்களது பங்களிப்பை உள்வாங்கி, அனுபவ அறிவை ஆவண மாக்கிப் பரப்புதல் வேண்டும். அரசு பல்கலைக் கழகம், உழவர் அறிவியல் மையம் ஆகியவற்றுக்குச் சொந்தமான நிலங்களில் 10% வேளாண் கண்டுபிடிப்பாளர்களுக்கு (மூன்றாண்டுகள் செய்து காட்டியவர்கள்) குத்தகைக்கு விடுவதன் மூலம் செலவு குறைந்த பண்ணை உற்பத்தி முறைகளை செயல்விளக்கமாகவும் விரிவாக்கமாகவும் மக்களுக்குக் கொண்டு செல்ல முடியும்.

10. மரபணு மாற்று விதைகளும் உயிரினங்களும் இந்தியாவில்

தடை செய்யப்பட வேண்டும் அல்லது குறைந்த பட்சம் கடுமையான ஒழுங்கு முறை மற்றும் தண்டனைகள் மூலம் மரபணு மாசுபடுத்துவோரைக் கட்டுப்படுத்த வேண்டும்.

பொருளாதார, உயிர்ச் சூழல் சுழற்சிகளில் மரபணு மாற்று விதைகள் புதிய பேரழிவுகளை உருவாக்கும் வாய்ப்புள்ளது. விரல் விட்டு எண்ணப்படக் கூடிய பன்னாட்டு கம்பெனிகளும் இந்தியப் பெரு முதலாளிகளும் கடன் மற்றும் குறுகிய கால நன்மைகள் ஈந்து உழவர்களிடம், அதிக விலையுள்ள, அதிக ஆபத்து மிகுந்த, குறைந்த ஒழுங்கு விதிமுறையுள்ள இத்தொழில் நுட்பத்தை விவரிப்பதில் முனைந்துள்ளனர் என்பதை கவனத்தில் கொள்வது நல்லது.

11. பணக்கார நாடுகள், பெருமளவு மானியம் கொடுக்கப்பட்ட வேளாண் உற்பத்திப் பண்டங்களை இந்தியாவில் இறக்கிக் குவிக்க இருக்கிறார்கள். ஏற்றுமதிக்காக வேண்டி பணப்பயிரைத் தனிப் பயிராகப் பயிரிட ஊக்குவிக்கப்படுகிறது. இதில், உலகச் சந்தையில் விலை வீழ்ச்சி வரும்போது உழவர்களைப் படுபாதாளத்தில் தள்ளக் கூடிய அபாயம் உள்ளது. இது போன்ற கொள்கைகளும் நிலைப்பாடுகளும் கைவிடப்பட வேண்டும்.

இயற்கைவழிப் பண்ணை அமைப்பை ஊக்குவிப்பது ஒன்று மட்டுமே 65 கோடி இந்திய உழவர்க்கும், அனைத்து நுகர்வோர்க்கும் உயிர்ப் பிச்சையும், வாழ்க்கையும், உணவு உத்தரவாதமும் அளிக்கும். கிராமப் புறங்களில் வேலை வாய்ப்பைப் பெருமளவு உயர்த்துவதோடு, நகர்ப்புறத்தை நோக்கி மக்கள் புலம்பெயர்வதையும் இயற்கை வேளாண்மை தடுத்து நிறுத்தும்.

உலகமெங்கும் நஞ்சில்லா உணவுக்கான வரவேற்பு வியப்பூட்டும் விதம் உயர்ந்த வண்ணம் உள்ளது. நஞ்சில்லா இயற்கை உணவு உற்பத்தியில் உலகுக்கே தலைமை தாங்கும் வாய்ப்பு இந்தியாவுக்கு உள்ளது. இந்தியாவுக்குள்ளும் வெளியேயும் விரைவாக வளர்ந்து வரும் இயற்கை உணவுச் சந்தையைக் கைப்பற்றுவது அறிவார்ந்த செயலாகும்.

இயற்கை உழவாண்மையைப் பரப்புவதற்கு உடனடியாகப் போதிய நடவடிக்கை எடுக்காது போனால், இந்திய அரசாங்கம், திட்ட கமிஷன், அரசியல் கட்சித் தலைவர்கள் அனைவரும் கடமையிலிருந்து தவறியவர்களாகக் கணக்கிடப்படுவார்கள். எனவே, நமது தேசத்தின் மேன்மை கருதி மேலே கண்ட தீர்மானங்கள் நிறைவேற்றப்படுவதற்கு ஒவ்வொரு குடிமகனும் ஆதரவு தர வேண்டும்.

பின்குறிப்பு: இதைப் படித்த பிறகு உங்கள் மனதுக்கு இது நியாயம் என்று பட்டால், 11 அம்சத் திட்டத்தைப் படியெடுத்து, பலரிடமும் கையெழுத்து வாங்கி, இந்திய தலைமை அமைச்சருக்கும், வேளாண் அமைச்சருக்கும் அனுப்பி வைக்க வேண்டுகிறேன்.

'தீதும் நன்றும் பிறர் தர வாரா...'

இந்த ஆண்டும் ஆகஸ்ட்-15 வந்து போனது. 'உழவர்கள்தான் இந்த தேசத்தின் முதுகெலும்பு!' என்பதை 61-வது முறையாக நாடு அறிந்து கொண்டது. காவிரி நதி நீர் சிக்கலைத் தீர்ப்பதற்காக ஏற்படுத்தப்பட்ட தீர்ப்பாயத்தால், கடந்த 16 ஆண்டுகளாகியும் சிக்கலைத் தீர்த்து வைக்க முடியவில்லை. அதற்காக உழவர் கைகட்டி 'சும்மா' இருப்பதும் இல்லை. மேட்டூர் அணை இரண்டாம் முறையாக நிரம்பி வழிந்தது. முருகமங்கலம் சம்பந்தம் பிள்ளை தொலைபேசியில் அழைத்து, 'பெண்ணையும் தண்ணீரையும் அடைத்து வைக்க முடியாது' என்று பெரியவர்கள் சொல்லி வைத்தது சரியாப் போச்சு பார்த்தீங்களா?' என்கிறார்.

காவிரி நீர், கழனி புகுந்த பிறகு 11 மாவட்டத்து உழவர்கள் சேற்றில் இறங்குகிறோம். இது காலத்தின் கட்டாயமாகி விட்டது.

கடன்பட்ட உழவர்கள் எண்ணிக்கை வரிசையில் ஆந்திரம் முதலிடத்தில் நிற்கிறது. அடுத்த இடத்தில் தமிழ்நாடு. இது அரசே சொல்லும் கணக்குத்தான்.

இந்த நிலையை மாற்ற யாரும் தயாராக இல்லை. விவசாயிகளே கொஞ்சம் நின்று, கவனித்து, முன்னேற வேண்டிய நிலைமையில்தான் இருக்கிறோம்.

'இயற்கை வழி வேளாண்மை, மண்ணை வளப்படுத்தும், சாகுபடிச் செலவைக் குறைக்கும், நுகர்வோர் நலம் காக்கும்!' என்ற உண்மை உலகத்துக்கு மேலும் மேலும் புரிய வந்துள்ளது. அதிலும் 'ஒற்றை நாற்று நடவு முறை' என்பது விளைச்சலை மும்மடங்கு உயர்த்தும் என்ற உண்மையும் உழவர்க்கு நிலத்தில் பிடிப்பை ஏற்படுத்துவதாக உள்ளது.

'ஆயிரம் கைகள் மறைத்து நின்றாலும் ஆதவன் மறைவதில்லை' என்று கவிஞர் முத்துக்கூத்தன் எழுதிய

சினிமா பாடல் ஒன்று உண்டு. அப்படித்தான் இப்போது வெளிப்பட்டிருக்கிறது ஒற்றை நாற்று நடவு. 1991-ம் ஆண்டே வெளிவந்த ஒற்றை நாற்று நடவு முறையை தேச விரோதிகள் இவ்வளவு காலம் மறைத்தும், மறுத்தும் வந்துள்ளனர் என்ற தகவல் இப்போது வெளியாகியுள்ளது. புத்தகத்தின் பெயர், 'இந்தியாவில் தீவிர நெல் சாகுபடித் திட்டம்' எழுதியிருப்பவர் டாக்டர். சி.ஷம்பு பிரசாத்.

1991-ம் ஆண்டு, ஆப்பிரிக்க கண்டத்திலிருக்கும் மடகாஸ்கர் தீவில் உள்ள 'அன்டனா நெரிவோ பல்கலைக்கழக'த்தில் 'ஒற்றை நாற்று நடவு' குறித்து உரையாற்றியவர், அருள்தந்தை ஹென்றி. டி. லேலேனி. இவர், மடகாஸ்கர் தீவு உழவர்களோடு இணைந்து வயல்வெளிகளில் நடத்திய ஆராய்ச்சியில் கிடைத்த பொக்கிஷம்தான் ஒற்றை நாற்று நடவு! அந்த ஆராய்ச்சி விஞ் ஞானிகளைக் கலந்து செய்யப்பட்டது அல்ல.

'உலகெங்கும் 100 கோடி உழவர்கள் இன்று செய்யும் சாகுபடி முறை தவறானது, உற்பத்தியை பாதிக்கக் கூடியது!' என்பதை லேலேனி தனிமனிதனாக அம்பலப்படுத்தினார்.

உழவுக்கும் உண்டு வரலாறு!

இப்படிக் கூறுபவர், நார்மன் உப்போவ். அமெரிக்க தேசத்தில் உள்ள கார்னல் பல்கலைக்கழகப் பேராசிரியரான இவர், லேலேனி, மடகாஸ்கர் தீவில் செய்து காட்டிய சாதனைகளை நேரில் பார்த்து புத்தகமாக்கியவர். ஒற்றை நாற்று நடவு என்பதன் மூலம் விஞ்ஞானிகளது ஆராய்ச்சிகளெல்லாம் புறமுதுகிட்டு ஓட, உழவர் அறிவு வெற்றி பெற்றது என்பதை உலகுக்கே உணர்த்துவதில் தீவிரமாக ஈடுபட்டிருப்பவர் நார்மன்.

இவரது ஏற்பாட்டில், தமிழ்நாடு வேளாண் பல்கலைக்கழகம் கிள்ளிகுளத்தில் உள்ள தனது கல்லூரியில் ஒற்றை நாற்று நடவு குறித்து கருத்தரங்கம் நடத்தியுள்ளது. நம்பிக்கை இல்லாத விஞ்ஞானிகளை இலங்கைக்கும் சீனாவுக்கும் அழைத்துப் போய் காட்டியுள்ளார்.

இலங்கை சென்றவர்களில் பெரும் மனமாற்றத்துக்கு ஆளானவர், ஆந்திர மாநில விஞ்ஞானி சத்திய நாராயணா. இவர் என்.ஜி.ரங்கா பல்கலைக் கழகத்தில் விரிவாக்கத்துறை இயக்குனராக இருந்தார். இலங்கையில் இருந்த வேளாண் துறை விஞ்ஞானிகள் ஒற்றை நாற்று நடவுமுறை தலை எடுக்காதபடி பார்த்துக் கொள்வதில் அக்கறையுடன் ஈடுபட்டார்கள். வேளாண் துறையில் துணைச் செயலராக வேலை பார்த்தவர், தனது வயலுக்கு சத்தியநாராயணா வைக் கூட்டிப் போய் காட்டினார். வறட்சியிலும் பயிர் காயாது இருந்தது. ஒற்றை நாற்று நடவு வயலில் கதிரை எடுத்து நெல்மணிகளை எண்ணிப் பார்த்தார். 500 நெல் மணிகள் இருந்தன. பக்கத்தில்,

வழக்கம் போல் நட்டிருந்த வயலில் மணிகளை எண்ணிப் பார்த்தார். 120 மணிகள்தான் இருந்தன.

இந்தியா திரும்பியவர், ஆந்திர மாநிலம் முழுவதும் ஒற்றை நாற்று நடவுமுறை பரவுவதற்கு ஏற்பாடு செய்தார். வேளாண் அறிவியல் மைய விஞ்ஞானிகளும் பணியைக் கையில் எடுத்தார்கள். 2006-ம் ஆண்டு ஆந்திர மாநிலத்தில் உள்ள அனைத்து மாவட்டங்களிலும் ஒற்றை நாற்று நடவு பரப்பப்பட்டது. இன்று, அங்கே ஒரு லட்சம் ஏக்கர் நிலத்தில் இம்முறையில்தான் நெல் பயிராகிறது.

கடந்த ஜூலை மாதம் ஐதராபாத் போயிருந்தபோது நாகரத்தினம் நாயுடுவைப் பார்த்தேன். ஒற்றை நாற்று நடவு முறையில் பயிர் செய்து, ஒரு ஏக்கரில் ஏழு டன் நெல் அறுவடை செய்தார் என்று கேள்விப்பட்டதும் வியப்பை வெளிப்படுத்தும் விதமாக எனது தோளில் இருந்த பச்சைச் சால்வையை அவருக்குப் போர்த்தினேன். ஷம்பு பிரசாத் எழுதிய புத்தகத்தில் நாகரத்தினம் நாயுடு பற்றிய குறிப்பும் உள்ளது.

நாகரத்தினம் நாயுடுவின் சாதனையைக் கேள்விப்பட்டு, அவரது வயலுக்கு நேரடியாகப் போய் பார்த்துத் திரும்பிய முதலமைச்சர் ராஜசேகர ரெட்டி, ஒற்றை நாற்று நடவு முறையைப் பரப்புவதற்காக ரூபாய் நாலு கோடியை ஒதுக்கியுள்ளார்.

ஒற்றை நாற்று நடவுமுறை மந்திர - தந்திரம் போல் காட்சி தருகிறது. ஆனால், இதை ஓரங்கட்டுவதில் விஞ்ஞானிகள் படுதீவிரமாக இருக்கிறார்கள். அதற்குக் காரணம், ‘இந்த முறையில் நெல் விளைச்சலை உயர்த்துவதற்கு ஒட்டுவிதையோ ரசாயன உப்புகளோ தேவை இல்லை’ என்று உப்போவ் எழுதி வைத்திருப்பதுதான்.

‘வேளாண்மையில் வெற்றி என்பது சாதகமான தட்ப - வெப்ப நிலைமையைச் சார்ந்தது. சீரான தட்ப வெப்பம் அமைந்தால் ஒற்றை நாற்று முறையில் தானியம் முன்னதாக முதிர்ச்சியடைகிறது. புயல் காலத்திலும் பயிர் சாயாது இருக்கிறது. தானியம், சுவையாக உள்ளது. மானவாரிப் பயிரிலும் விளைச்சல் கூடியுள்ளது. நேரடியாகவும் விதைக்க முடிகிறது தண்ணீர் தேங்குவது வேர் பாகத்தில் காற்றோட்டத்தைத் தடுத்து, வேரழுகவே துணை செய்யும். மாறாக, பூந்தொட்டியிலேயே நெல் விளைவித்து வளர்க்க முடியும், காய்கறி பாத்தி போல் நிலம் தயாரித்து நெல்லுக்கு நீர் பாய்ச்சி அறுவடை செய்ய முடியும்’ - கரூர் மாவட்டம், நடையனூரைச் சேர்ந்த விவசாயி சேதுபதியின் அனுபவம்.

‘50 செ.மீ இடைவெளியில் நடவு செய்தாலே போதும். ஒரு ஏக்கர் நடவு செய்ய கால் கிலோ விதை போதுமானது!’ - நாகை மாவட்டம் ஆலங்குடி பெருமாளது அனுபவம்.

உழவுக்கும் உண்டு வரலாறு!

'இரண்டு முறை நாற்றைப் பெயர்த்து நடுவதன் மூலம் நடவுச் சிதைவதைத் தடுக்கலாம்' - கதிராமங்கலம் கோபாலது அனுபவம்.

'தெளிப்பு நீர்ப்பாசனத்திலும் வெற்றி!' - நாராயண ரெட்டி அனுபவம்.

இப்படி உழவர்களே ஆராய்ச்சியாளர்களாக மாறி, அறிவுப்பசி தீர்ப்பதை விஞ்ஞானிகளால் ஜீரணிக்க முடியவில்லை.

மிக அதிகமாக ஏக்கருக்கு 8,000 கிலோ வரை விளைய முடியும் என்பதை விஞ்ஞானிகள் மனம் ஏற்க மறுக்கிறது. சர்வதேச நெல் ஆராய்ச்சி நிலையத்தில் 30 ஆண்டுகளுக்கு முன்பு ஐ.ஆர்.எட்டு நட்டு ஏக்கருக்கு 4,600 கிலோ எடுத்திருந்தார்கள். அதற்கு மேல் அவர்கள் விளைச்சல் பார்த்ததில்லை.

டெல்லியில் 2006-ம் ஆண்டு அரிசி மாநாடு நடந்தபோது ஒற்றை நாற்று நடவுமுறை விவாதிக்கப்படவே இல்லை. மரபணு மாற்றப்பட்ட நெல்விதை பற்றியே முக்கியமான விவாதம் முடுக்கிவிடப்பட்டது.

"சேவை அமைப்புகளும் உழவர்களும் எடுத்த முயற்சியாலேயே, ஒற்றை நாற்று நடவு முறை ஆந்திராவிலும் தமிழ்நாட்டிலும் பரவியுள்ளது" என்று குறிப்பிடுகிறார் ஷம்பு பிரசாத்.

ஆக, நாம் அறிய வேண்டியது... தீமையோ நன்மையோ பிறர் கொடுத்து வருவதல்ல. 'தீதும் நன்றும் பிறர் தர வாரா' என்று நம் கொள்ளுகொள்ளுப்பாட்டன் கணியன்பூங்குன்றன் சொல்லி வைத்திருப்பதை நினைவில் கொள்வோம்.

இந்திய முதுகெலும்புகள் நொந்துபோய் உள்ளன. யாரும் உதவப் போவது இல்லை. 'ஒரு கிலோ விதை போதும்!' எனும்போது 30 கிலோ விதையைச் சேற்றில் கொட்டுவது அநீதி. ஏக்கருக்கு 8 டன் எடுக்க முடியும் என்னும்போது ஒரு டன்னும் ஒன்றரை டன்னும் எடுப்பது வெட்கப்பட வேண்டியது. காய்ந்து காய்ந்து பாய வேண்டிய வயலில் எப்போதும் தண்ணீர் நிறுத்தி முடிவில் மணிபிடிக்கும் பருவத்தில் தண்ணீர் இல்லை என்று தவிப்பது அறிவீனம்.

கியூபா 1991-ம் ஆண்டு ரசாயனச் சாகுபடியிலிருந்து இயற்கைக்கு மாறியது. இன்று அந்த நாடு சொந்தக் காலில் நிற்கிறது. அனைவருக்கும் கல்வி, உழைப்பு, ஊதியம், போதிய உணவு, சத்தான உணவு அனைத்தையும் உத்தரவாதப்படுத்தியுள்ளது. ஃபிடல் காஸ்ட்ரோவின் மக்கள் இயற்கைக்குத் திரும்பி மாடுகட்டி உழத் தொடங்கியபோது நாமும் மாறி இருந்தால்... இன்று உலகுக்கே நாம் முன்னுதாரணமாக இருக்க முடியும். ஒரு லட்சத்து பன்னிரண்டாயிரம் உழவர்களை பலி கொடுத்திருக்க மாட்டோம். இனியும் கால தாமதம் ஆகாது. விழித்தெழுவோம்.

இயற்கை வழி நிற்போம்... ஏறுநடை போடுவோம்!

மனிதர்கள், எந்திரங்களுக்கு உதிரி பாகங்களா?

“சென்னை போன்ற பெருநகரங்களில் சாலை ஓரங்களில் பிச்சை எடுக்கும் முதியவர்களை விசாரித்துப் பாருங்கள்... அவர்கள் நமக்குச் சோறுபோட்ட விவசாயிகளாக இருப்பார்கள்!” -சென்னை லயோலா கல்லூரி வணிகவியல் பேராசிரியர் விக்டர் லூயிஸ் அந்த்துவர்ன் இப்படிக் கூறுகிறார்.

லூயிஸ் கூறுவதை மீண்டும் ஒரு முறை படியுங்கள். நீங்கள் உழவராக இருந்தால், உழவர் குடும்பத்தில் பிறந்தவராக இருந்தால்... இதயத்திலிருந்து ரத்தம் கசிவதை உணர முடியும்!

“1991-ம் ஆண்டு முதல் (உலக மயமாக்கத்தில் நாடு அடி எடுத்து வைத்த ஆண்டு) இன்று வரை ஒரு லட்சத்து பன்னிரண்டாயிரம் உழவர்கள் தற்கொலை செய்துகொண்டுள்ளனர்'' என்று மத்திய வேளாண்துறை அமைச்சர் சரத் பவார் நாடாளுமன்றத்தில் கணக்கு ஒப்பித்துள்ளார்.

“ஏன் இவ்வளவு தற்கொலை... எதற்காக இவ்வளவு தற்கொலை... யார் இதற்குக் காரணம்?”

இந்திய நாட்டின் முதுகெலும்புகளிடமிருந்து வாக்குகளைப் பெற்று, நாடாளுமன்ற இருக்கைகளை வியாபித்துக் கொண்டிருக்கும் 543 உறுப்பினர்களில் ஒருவர் கூட இப்படி குரலெழுப்பவில்லை.

உலகப் புகழ் பெற்ற விஞ்ஞானி, எம்.எஸ்.சுவாமிநாதன் ஒரு கருத்தை வெளியிட்டிருக்கிறார். “இந்தியாவில் மூன்று வயதுக்கு உட்பட்ட குழந்தைகளில் 47% சதவிகிதத்தினருக்கு வைட்டமின் ‘ஏ’ பற்றாக்குறை. 79% சதவிகிதத்தினருக்கு சத்துணவு பற்றாக்குறை (சோகை நோய்)” என்று கூறியிருக்கும் சுவாமிநாதன், ‘இது மறைமுகப் பட்டினி’ என்றும் சொல்லியிருக்கிறார். இந்தப் புள்ளி விவரங்களுக்கு ஆதாரமாக

ஐக்கிய நாட்டு நிறுவனம் தயாரித்த ஆய்வறிக்கையை மேற்கோள் காட்டுகிறார்.

மூன்று வயதுக்குட்பட்ட குழந்தை என்ன குற்றம் செய்தது?

'ஆலைப் பொருளாதாரத்தால் 9% வளர்ச்சி கண்டு விட்டோம்' என்று மார் தட்டுகிறார்கள் மந்திரிகள். மக்களை நரபலி கொடுத்து, எந்திரங்களுக்கு பூசை போடும் வேலை நடக்கிறது என்பதுதான் உண்மை.

நம் அரசியல்வாதிகள் நாடாளுமன்றம், சட்டமன்றங்களில் நிதிநிலை அறிக்கையைத் தாக்கல் செய்யும்போது வள்ளுவனைக் குறிப்பிடத் தவறுவதில்லை. அவன் என்ன சொல்கிறான்?

'ஆற்றுவார் ஆற்றல் பசியாற்றல்; அப்பசியை
மாற்றுவார் ஆற்றலின் பின்' - **திருக்குறள்**-225.

'பசித்தீயை உணவளித்துத் தணிப்பவர்களை விட, அத்தீயும் பிணியும் மீண்டும் தோன்றாமல் மாற்று ஏற்பாடு (வாழ வழி) செய்பவர்களே ஆற்றல் மிக்கவர்கள்' என்பதுதான் வான்புகழ் வள்ளுவனது கருத்து.

இயற்கை வழங்கிய நீரையும், நெற்றி வேர்வை சிந்தி உழவன் திருத்திய நிலத்தையும் கம்பெனியிடம் கொடுத்துவிட்டு, மக்களுக்குச் சத்துணவு வழங்கிய மாடுகளை கறிக்கடைக்கு அனுப்பிவிட்டு, ஆலைகளின் சாக்கடையை வயலுக்குள் பாய்ச்சி, விளைந்த பொருளுக்கு விலை ஏறி விடாதபடி கட்டுப்பாடு விதித்து, உழவர்களை நிலத்தை விட்டு வெளியேற்றி, ஏற்றுமதி - இறக்குமதிக்கு அகலச் சாலை போட்டு, பசியை மாற்றவும் ஆற்றவும் போகிறோமா… அல்லது ஆலைத் தொழிற்சந்தையில் மனித எந்திரங்களை மலிவாக வழங்கப் போகிறோமா?

குமரிமுனையில் 133 அடி உயரத்துக்கு நிற்கும் வள்ளுவர் சிலையை இந்துமா கடலுக்குள் வீசுவோமா? ஏனென்றால், 'நாடு என்று சொல்லப்பட வேண்டியது பிறரை நாடாமல் வளம் தருவது (திருக்குறள்- 739)' என்றல்லவா அவர் சொல்கிறார்.

பச்சைப் புரட்சியின் அப்பாக்கள் செய்த கைங்கர்யத்தில் உழவு, உணவு, அறம், பொருள், இன்பம் எல்லாமே குழம்பிப் போய் கிடக்கிறது. இவற்றில் கொஞ்சம் விளக்கமும், தெளிவும் தேவைப்படுபவர்கள் ஆங்கில மேதை இ.எஃப். ஷூ மேக்கர் எழுதிய 'ஸ்மால் ஈஸ் பியூட்டிஃபுல்' (Small is Beautiful) நூலுக்குள் நுழைய வேண்டும்.

ஜெர்மனியில் பிறந்த ஷூ மேக்கர், கல்லூரிப் படிப்புக்காக 1930-ம் ஆண்டில் இங்கிலாந்து சென்றார். 22-ம் வயதில் அமெரிக்காவில் உள்ள கொலம்பியா பல்கலைக் கழகத்தில் பொருளாதாரம் போதிக்கச் சென்றார். செயல்பாடு இல்லாத பாடங்கள் சலிப்பு

விகடன் பிரசுரம்

ஊட்டியதால் வியாபாரத்தில் புகுந்தார். பண்ணை நடத்தினார். பத்திரிகையாளனாகப் பணியாற்றினார். இங்கிலாந்தின் நிலக்கரி வாரியப் பொருளாதார ஆலோசகராக இருந்தார். பசுமை இயக்க முன்னோடிகளில் ஒருவராகவும் வடிவெடுத்த இவர், இங்கிலாந்தில் 'சாயில் அசோசியேஷன்' (மண் சங்கம்) என்பதை நிறுவி அதன் தலைவராக இருந்து இயற்கை வழி வேளாண்மையைப் பரப்பினார். இதற்கு நடுவேதான் 'சிறியதே அழகுடையது' என்ற பொருளுடைய மேற்குறிப்பிட்ட நூலையும் எழுதினார்.

பொருளாதார - விஞ்ஞான மேதைகள் கட்டி, அவிழ்த்துவிடும் கதைகள் பலவற்றையும் கட்டவிழ்த்து நமக்கு உதவுகிறார் ஷூ மேக்கர்.

'பிரச்னைகளுக்கு விஞ்ஞான அடிப்படையில் தீர்வு காண்கிறோம்' என்பதைத்தான் பலரும் சொல்லிக் கொண்டுள்ளனர். இவர்கள் சொல்வது உண்மைக்குப் புறம்பானது. எடுத்துக்காட்டாக... மின் சக்தி முன்னேற்றத்துக்காக சுரங்கம் தோண்டி, நிலக்கரி எடுத்து, உலையில் எரித்து, அனல் மின்சாரம் தயாரிக்கிறோம். மின்சக்தியைப் பயன்படுத்தி ஆயிரம் அடி ஆழ்துளைக் கிணற்றில் நீர் மூழ்கி மோட்டார் பொருத்தித் தண்ணீர் இறைத்து புகையிலை சாகுபடி செய்கிறோம். புகையிலையை சிகரெட்டாக மாற்றி அமெரிக்காவுக்கு

அனுப்புகிறோம். சிகரெட்டைப் புகைத்துவிட்டு அவர்கள் கொடுக்கும் பணத்தை வைத்து, இங்கே நோய்வாய்ப்பட்ட தலைவர்களை அமெரிக்காவுக்குத் தூக்கிப் போய் சிகிச்சைப் பார்த்துத் தூக்கி வருகிறோம்.

பணக்காரர்கள் சராசரி இந்தியன் போல சாகக் கூடாதல்லவா? போகட்டும்... அந்நியச் செலாவணி பிரச்னை தீர்ந்தது. ஆனால், மற்றொரு பிரச்னை முளைக்கிறது. நிலக்கரியை எரித்தால் பூமி மீது வெப்பக் கூடாரம் உருவாகி, பனிப் பாறைகள் உருகி ஓடி, கடல் மட்டம் உயர்வதால் சென்னை போன்ற கடற்கரை நகரங்களே மூழ்கும் அபாயம் உள்ளது. ஆக, பிரச்னைத் தீரவில்லை. இடம் மாற்றி வைக்கப்படுகிறது.

இது போல ஏராளமான எடுத்துக் காட்டுகள் கூற முடியும். வெளிநாட்டார் உள்ளாடை அணிவதற்காக திருப்பூர் சாயப்பட்டறைச் சாக்கடை பாய்ந்து, நொய்யல் நதி செத்துப் போனது நாடறியும்.

இன்னொரு கட்டுக்கதையைப் பார்ப்போம்.

'எதுவானாலும் பெரியதாக இருந்தால் தற்சார்பு வரும், உற்பத்தி பெருகும், வசதி வாய்ப்பு அதிகரிக்கும்' என்று சொல்லப்படுகிறது. இது உண்மையா?

விடை காண அமெரிக்காவையே எடுத்துக் கொள்வோம். நவீன தொழிற்சாலைகள், சராசரி மூளையால் கற்பனை செய்ய முடியாத அளவுக்குத் திறமை குறைவானவை. ஆதலால், நவீன ஆலைகளின் திறமைக்குறைவு பலரின் கவனத்துக்கு வராமல் போகிறது.

ஆலைத்தொழிலில் இன்று மிகமிக முன்னேறிய நாடு அமெரிக்கா. உலகிலேயே மக்கள் நெருக்கடி குறைந்த நாடு அமெரிக்கா. அதே சமயம், ஏராளமான வளம் மிகுந்த பூமி. ஆனால், அந்த வளத்தை மட்டுமே கொண்டு அமெரிக்கத் தொழிற்சாலைகள் இயங்க முடியாது. ஆதலால், தனது ஆலைகளுக்கு மூலப் பொருள்கள் தேடி உலகம் முழுவதும் தனது கோரக் கரங்களை நீட்டுகிறது அமெரிக்கா. 5.6% மக்கள் தொகை கொண்ட அமெரிக்கா, 40% மூல ஆதாரங்களை உலகெங்கிலுமிருந்து பெறுகிறது. 1985-ம் ஆண்டுக்காக கணக்குப் போட்ட தேசிய பெட்ரோல் ஆணையம், அமெரிக்கா 1985-ம் ஆண்டில் தனது பெட்ரோல் தேவையில் 57% அளவை வெளியில் இருந்து பெறும் என்றது.

அமெரிக்க குடியரசுத் தலைவரின் பொருளாதார ஆலோசகராக இருந்த பேராசிரியர், வால்ட்டர் ஷெல்லர் இப்படிச் சொன்னார். 'வளர்ச்சி இல்லாத பொருளாதாரத்தை வெற்றி பெற்றது என்று கூற மாட்டேன். ஆனால் 5.6% மக்கள் தொகை கொண்ட

அமெரிக்கா, உலக ஆதாரங்களை இந்த வேகத்தில் உறிஞ்சினால் உலகின் 94.4% மக்களின் முன்னேற்றம் என்ன ஆவது?

பணக்கார நாட்டு ஆலைகள், புதையுண்டு கிடக்கும் புதுப்பிக்க முடியாத இயற்கை ஆதாரங்களை வெகுவேகமாகக் காலி செய்கின்றன. இந்த நுகர்வு குறித்து, 'வளர்ச்சிக்கு ஒரு வரம்பு' என்று ஓர் அறிக்கை வெளியாகியுள்ளது. அது, உலக அளவில் பயன்படுத்தப்படும் 19 மூலப்பொருள்களில் அமெரிக்கா எத்தனை விழுக்காடு பயன்படுத்துகிறது என்று கணக்கிட்டுள்ளது.

இந்த அறிக்கையைத் தயாரித்தவர்கள், 'இதே வேகத்தில் நுகர்வு செல்லுமானால் இன்னும் 100 ஆண்டுகளில் (2070-ம் ஆண்டு) மூலப்பொருள் விலை கடுமையாக உயரும்' என்று எச்சரிக்கிறார்கள்.

பெட்ரோல் எடுக்கும் நாடுகள் எண்ணெய் விலையை உயர்த்துவதில் வெற்றி கண்டுள்ளன. பொருளாதாரத் தேவையை நிறைவு செய்வதற்கு முன்பாக அரசியல் மோதல்கள் முந்துகின்றன. இப்படியாக, மிகப்பெரிய நாடான அமெரிக்கா, தனது தேவைக்கு வெளிநாடுகளைச் சார்ந்துள்ளது என்று புள்ளி விவரங்களுடன் சுட்டிக் காட்டும் ஷூ மேக்கர், 'காந்தி' என்ன சொன்னார் என்றும் சொல்லிக் காட்டுகிறார்.

"பெருமளவு பொருளுற்பத்தி, உலக ஏழைகள் முன்னேற உதவாது; மாறாக, கோடானுகோடி மக்கள் உற்பத்தியில் இறங்க வேண்டும்."

தேவை... பெருமளவு மக்கள் பங்கேற்கும் உற்பத்தி!

ஐரோப்பியச் சிந்தனையாளர் ஷூமேக்கர், 'சின்னஞ் சிறியதே சிறப்பானது' (Small is Beautiful) என்று வாதாடுவதைப் பார்த்தோம். 'மகாத்மா' என்று நாம் கொண்டாடும் மோகன்தாஸ் கரம்சந்த் காந்தி சொன்னதையும் மேற்கோள் காட்டுகிறார் ஷூமேக்கர். இன்றைய இந்தியாவுக்கு காந்தியின் பல கருத்துகள் தேவையற்றதாகவே பலராலும் பார்க்கப்படுகிறது. ஆக, உதட்டளவில்தான் அவரை 'மகாத்மா' என்கிறோம் நம்மில் பலர். ஆனால், ஷூமேக்கர் போன்ற மேலை நாட்டவர்களைப் பொறுத்தவரை உண்மையிலேயே அவர் 'மகாத்மா'!

'உலகிலிருக்கும் ஏழைகளுக்குப் பெருந்தொழில் உற்பத்தி (Mass production) தேவைப்படவில்லை. பெருமளவு மக்கள் பங்கேற்கும் பொருள் உற்பத்தியே (Production by masses) அவர்களுக்குத் தேவை'!

தொழிற்புரட்சிக்கு முன்பு (இன்றைக்கு முந்நூறு ஆண்டுகளுக்கு முன்) உலகெங்கும் பொருள் உற்பத்தி என்பது பெருமளவு மக்களின் முறை மற்றும் கைகளைச் சார்ந்திருந்தது. ஆனால், தொழிற்புரட்சிக்குப் பிறகு புதிய கண்டுபிடிப்புகளும் வணிகப்பெருக்கமும் பயனுள்ள பொருள்களை மட்டுமே உற்பத்தி செய்ய வேண்டும் என்ற போர்வையில் மக்களை வேலையற்றவர்களாக - நாதியற்றவர்களாக மாற்றியுள்ளன.

பெருந்தொழில் உற்பத்திக்கும் பெருமளவு மக்கள் பங்கேற்கும் பொருள் உற்பத்திக்கும் இடையிலான வேறுபாடுகளைப் பட்டியலிட்டால் இதைப் புரிந்து கொள்ள முடியும்.

பெருந்தொழில் உற்பத்தி:

உயர் மட்டத் தொழில் நுட்பம் சார்ந்தது. அதிக முதலீடு தேவைப்படுவது. மனித உழைப்புக் குறைந்தது. பணம் படைத்தவர் மட்டுமே அதிகம் தொடங்கக் கூடியது. தொழிற்கூடம் அமைக்கவே அதிக முதலீடு தேவை. வன்முறை

ஷூமேச்கர்

அந்தப் புத்தகம்...

பொதிந்தது. உயிர்ச்சூழலை அழிக்கவல்லது. புதைந்து கிடைக்கும் மூலப் பொருளைச் சார்ந்து இருப்பதால், தன்னைத்தானே அழித்துக் கொள்வது. மனிதனை மடையனாக்குவது. மனிதனை இயந்திரத்துக்கு அடிமை ஆக்குவது.

பேரளவு மக்கள் பங்கேற்கும் உற்பத்தி:

விலை மதிக்க முடியாத மனித ஆதாரத்தைச் சார்ந்தது. புத்திக் கூர்மையைச் சார்ந்துள்ளது. மனிதரின் நேர்த்தியான கைவினை சார்ந்தது. மிகவும் பொருத்தமான கருவிகளைக் கொண்டுள்ளது. நவீன அறிவைப் பயன்படுத்துவது. அனுபவத்தை உள்வாங்குவது. உற்பத்தியைப் பரவலாக்குவது. உயிர்ச்சூழல் விதிகளுக்கு இயைந்து போவது. அரிய ஆதாரங்களை நேர்த்தியாகப் பயன்படுத்துவது. மனிதனின் பயன்பாட்டுக்காக நடைபெறும் உற்பத்தி. கருவியை மனித பயன்பாட்டுக்காக வடிவமைப்பது.

இரண்டுக்கும் இடையே இப்படி வேறுபாடுகள் நிறைந்திருப்பதால், எந்தத் தொழில்நுட்பம் மனித குலத்துக்கு சிறந்தது என்று தேர்வு செய்வது முக்கியம். பணம் படைத்த நாடுகளின் தொழில் நுட்பத்தை ஏழைநாடுகள் ஏற்பதனால் படுமோசமான கேடுகள் விளைகின்றன. வேலையில்லாத் திண்டாட்டம், புலம் பெயர்தல், கிராமங்களின் அழிவு, சகிப்புத்தன்மை அற்றுப் போவது, சமூக நெருக்கடி என்று பலவும் நிகழ்கின்றன.

இந்தியா போன்ற ஒரு நாடு, என்ன தொழில் நுட்பத்தைக் கையிலெடுப்பது என்பது குறித்துச் சரியான முடிவு எடுக்க வேண்டும். யாரும் இதற்கு எதிராக வாதம் செய்யலாம். ஆனால், கணக்குக்கு எதிராக யாரும் வாதம் செய்ய முடியாது. நிறைய முதலீடு செய்யப்படும் இடங்களில் கொஞ்சம் பேருக்கு வேலை.

குறைந்தமட்ட முதலீடு செய்யும் இடங்களில் அதிகம் பேருக்கு வேலை.

இன்று புகுத்தப்படும் தொழில் நுட்பத்துக்கு மனித முகம் கிடையாது. ஜெட் வேகத்தில் போகும் இத்தொழில் நுட்ப வளர்ச்சி, பணி செய்யும் மனிதனின் மகிழ்ச்சியைக் களைகிறது. நவீன தொழில் நுட்பம் மனிதனை அவனுக்குப் பிடித்தமான தொழிலில் இருந்து பிரித்து விடுகிறது. இனி, அவர் படைப்பாளி கிடையாது. மூளைக்கு வேலை கிடையாது.

'தொழிற்சாலைகள் பயனுள்ளவற்றை மட்டுமே உற்பத்தி செய்ய வேண்டும்' என்று சொல்லப்படுகிறது. ஆனால், அதனை அளவுக்கு அதிகமாக உற்பத்தி செய்து மனிதர்களைப் பயனற்றவர்களாக மாற்றும் வேலைதான் நடக்கிறது.

ஏழை தேசத்து மக்கள் துண்டு, துக்காணி வேலை செய்வதற்காக மட்டுமே பயன்படுத்தப் படுகிறார்கள். மூன்றாம் உலக நாடுகளில், மலிவாகக் கூலியாட்கள் கிடைப்பதால், கடிகாரத்தில் ஓரிரு பாகத்தைச் செய்யவும், வாகன கார்பரேட்டரில் ஓரிரு பாகத்தைச் செய்யவும் வேலைக்கு அமர்த்தப்படுவார்கள். முயலுக்குக் கொம்பு முளைக்கலாம். ஆனால், முழுவேலை வாய்ப்பு, மற்றும் சுதந்திரம் உயர்தொழில்நுட்பத்தால் விளையாது. இடைநிரப்பல் (Gap filling) மட்டுமே இங்கு நடைபெறும்.

"அனைத்துப் பிரச்னைகளுக்குமான வேர் எங்குள்ளது?"

- இப்படிக் கேள்வி எழுப்பி, விடையும் கூறுகிறார் ஷூமேக்கர்.

இந்திய நாட்டில் அடிப்படைத் தேவைகளான, கல்வி, உணவு, உடை, வீடு கிட்டாமல் தவிப்பவர் சில ஆயிரமோ, சில லட்சமோ இல்லை. பல கோடி. இந்தத் துன்பங்களைக் களைய, இங்கும் அங்கும் சீர்திருத்தம், இங்கும் அங்குமாக மக்களை ஊக்குவிப்பது எல்லாம் போதாது. அனைத்துச் சிக்கலுக்குமான தீர்வு ஒரு கேள்விக்கான விடையில் உள்ளது. அந்தக் கேள்வி- 'மக்களுக்கு அளிக்கப்படும் கல்வி யாருக்காக... எதற்காக?'

சலுகை பெற்ற சமூகமே மேற்படிப்பு படிக்கிறது. கல்வி முடித்ததும் அந்தச் சமூகம், தன்னை இந்த சமூகத்திலிருந்தே விடுவித்துக் கொள்கிறது. உடலுழைப்பு, உழவு, உணவு உற்பத்தி, கிராமப்புற வாழ்க்கை ஆகியவையெல்லாம் மேல்படிப்பு முடித்தோருக்கு இழிவானவை.

கல்வி, திறமை, விழிப்பு உணர்வு, வேலைவாய்ப்பு அனைத்தும் சிறு அளவு முதலீட்டோடு இணைக்கப்பட வேண்டும். இந்தியாவில் ஐந்து கோடி பிள்ளைகள் ஆரம்பப் பள்ளியில் படிக்கிறார்கள். ஒன்றரை கோடி மாணவர்கள் உயர்நிலைப் பள்ளிகளிலும் 5 லட்சம் மாணவர்கள் மேற்கல்வியிலும் இடம்பிடிக்கிறார்கள்.

கல்விக்கு இவ்வளவு செலவு செய்யும் ஒரு தேசத்தில் படிப்பு முடியும்போது அறிவைப் பயன்படுத்துவதற்கான வேலை தயாராக இல்லாததால், அது பெரும் சுமையாக முடிந்து விடுகிறது.

- இப்படிப் புள்ளிவிவரங்களை அடுக்கும் ஷூமேக்கர், சீனக் கணக்கு ஒன்றையும் முன் வைக்கிறார்.

இரண்டாம் உலகப் போரின்போது சீனர்கள் ஒரு கணக்குப் போட்டார்கள். ஒரு பெண் அல்லது ஆண் ஓர் ஆண்டு பல்கலைக் கழகத்தில் படிப்பதற்கு ஆகும் செலவு, 30 உழவர்களின் ஓர் ஆண்டு வருவாய் என்று கணக்கிட்டார்கள். ஐந்தாண்டுக் கல்லூரிப் படிப்பை முடிக்க ஒரு மாணவருக்கு ஆகும் செலவு, 150 உழவர்களின் ஓராண்டு வருவாய். அப்படியானால் ஐந்தாண்டு படிப்பு முடியும்போது அந்தப் பட்டதாரியால் உழவர்க்கு வந்து சேரக்கூடிய பயன்தான் என்ன... படிப்பு என்பது மாணவரின் ஊதாரித்தனத்துக்கு வழங்கப்படும் கடவுச்சீட்டா? (Passport) என்று கேட்கிறார்.

நேரடியாகவோ அல்லது மறைமுகமாகவோ 150 உழவரின் ஆண்டு வருவாயை விழுங்கியுள்ள ஒரு பட்டதாரி, தனக்காகச் செலவழித்ததில் ஒரு பகுதியையாவது சமூகத்துக்குத் திருப்பிச் செலுத்தாவிட்டால் அந்தக் கல்வி யாருக்காக?

குவியல் முறை உற்பத்திக்கு மாற்றாக, பரவலாக்கப்பட்ட உற்பத்தியால் தரம் குறைந்த பொருளுக்கும் மதிப்பு உயரும். நுகர்வோருக்கு சுகாதாரம், அழகு, நிரந்தரம் தேவை. பெருவீத உற்பத்தியில் மனிதர்களுக்கான அடிப்படைத் தேவையும் ஆடம்பரமாகிறது.

கூலிக்கு வேலை செய்வோர் பணம் உள்ளூரில் செலவிடப்பட்டால் (உள்ளூர் உற்பத்திக்கு) உள்ளூரில் வேலைவாய்ப்பு பெருகும். இன்று மேதைகளால் கொடுக்கப்படும் அறிவுரை, 'ஏற்றுமதிக்காக மட்டுமே உற்பத்தி' என்பதாக உள்ளது. இதற்கான வாய்ப்பு குறைவு என்பது மட்டும் அல்ல. இதனால் உருவாகும் வேலைவாய்ப்பும் குறைவு. அந்நியச் சந்தையில் போட்டி போட பண முதலீடு மிகுந்த, மனித உழைப்பு குறைந்த (பணக்கார நாடுகளில் மட்டுமே கிடைக்கும்) தொழில் நுட்பம் தேவை. அந்நியச் செலாவணிக்காக ஏற்றுமதி

செய்கிறோம். கிடைக்கும் நிதியில் அந்நியப் பண்டங்களை இறக்குமதி செய்கிறோம் அல்லது கடனைத் திருப்பி அடைக்கிறோம். இதனால் உள்நாட்டு மக்களுக்குக் கிடைப்பது என்ன?

எந்தச் சமூகமும் நிலத்தைப் பராமரித்துக் கொள்ளும். கால்நடைகளைப் பராமரிக்கவும் செய்யும். தொழில் நுட்பக் குறைவு கிடையாது. நிபுணர்கள் தேவைப்படவில்லை. நகர மயமாக்கத்தால், நிலம், கால்நடை பராமரிப்பு, மதிப்புக் கூட்டல், உணவுச் சேமிப்பு ஆகிய அனைத்துத் துறையிலும் இழப்பைச் சந்திக்கிறோம். ஆனால், உயிர்ச்சூழல் முக்கியத்துவம் பற்றி மட்டும் வாய் கிழியப் பேசுகிறோம்.

முடிவாக ஒன்றைக் குறிப்பிட வேண்டும். 'தொழில்நுட்பத் தேர்வின் முக்கியம், பொருளாதார நிபுணர்கள், வளர்ச்சிக்காகத் திட்டம் தீட்டுவோர் மண்டைக்குள் மெள்ள நுழையத் தொடங்கியுள்ளது. இதில் நான்கு நிலைகள் உள்ளன. முதல் நிலையில் இது குறித்துக் கூறுவோரை எள்ளி நகையாடுவது மற்றும் அலட்சியப்படுத்துவது.

இரண்டம் நிலையில் உதட்டளவில் புகழ்வது, செயல்படுத்துவது இல்லை. அலட்சியம் தொடர்கிறது.

மூன்றாம் நிலையில் பொருந்திய தொழில் நுட்பம் குறித்து தகவல்களைச் சேகரிப்பார்கள்.

நான்காம் நிலையில் செயல்படுத்துவார்கள்.

இந்த நான்கு நிலைகள் தேவையில்லை. வளர்ச்சி என்பது கோடிக்கணக்கான மக்களுக்கானது, கோடிக்கணக்கான மக்களின் புத்தியைப் பயன்படுத்துவது என்பவை குறிக்கோளாக மாறினால் நான்கு நிலை தேவையில்லை. நேராக நான்காம் நிலையிலேயே அடி பதிக்கலாம்... செயல்படலாம்!

முடிவாக, காந்திக்கு முன்னோடியான சோவியத் இலக்கியவாதி லியோ டால்ஸ்டாய் கூறியுள்ளதை நினைவுகூர்கிறார் ஷூமேக்கர்.

'நான் ஒரு மனிதனின் மூச்சுக்குழலை நெரிக்கும்படியாக அவன் முதுகில் சவாரி செய்கிறேன். அதற்காக மனம் வருந்தவும் செய்கிறேன். எனது வருத்தத்தை மற்றவர்களிடம் தெரிவிக்கவும் செய்கிறேன். அவனது துயரத்தைக் குறைக்கவும் முயல்கிறேன், முடிந்த வழியிலெல்லாம். ஆனால், அவன் முதுகிலிருந்து கீழிறங்க மட்டும் விருப்பம் இல்லை!'

உழவரின் கண்ணீரைத் துடைக்கக் கைக்குட்டை தேடும் 'தவ முனிகள்', முதலில் அவன் முதுகை விட்டுக் கீழே குதிக்கட்டும்!

பச்சைப் புரட்சிக்கு அப்பா யார்?

தொல்காப்பியர் தொடங்கி வள்ளுவர், ஔவையார், கம்பர், பாரதியார், பாரதிதாசன், 'வேளாள புராணம்' பாடிய கந்தசாமிக் கவிராயர், தேசிய விநாயகம் பிள்ளை எனப் பலரும் போற்றி வளர்த்த பயிர்த் தொழில், இன்று சீரழிந்து நிற்கிறது.

"பயிர்த் தொழிலில் 'லாபம்' இல்லையென்றால் விட்டுவிட்டு வேறு தொழில் பார்க்க வேண்டியதுதானே..." வருவோர் போவோரெல்லாம் 'பரிந்துரை' செய்வதைப் பார்க்க முடிகிறது.

'ஓரங்கட்டப்பட்டவர்கள் உள்வாங்கப்பட வேண்டும்' என்று தலைமை அமைச்சர் கூறுகிறார்.

'கடன் அதிகமாகக் கொடுக்கிறேன்' என்று நிதியமைச்சர் சொல்கிறார்.

'மாற்றுப்பயிர் சாகுபடி செய்யுங்கள்' என்று வேளாண் அமைச்சர் கூறுகிறார்.

'அனைவருக்கும் பால் மாடு' என்று ஆந்திர முதல்அமைச்சர் கூறுகிறார்.

இப்படி (ஏர் பிடித்தறியாத) பலரும் பல விதமாகப் புலம்பும்போதுதான் நமக்கு மேற்கிலிருந்து கிழக்கை நோக்கி வெளிச்சம் தருகிறார் ஷூமேக்கர். நிலமும் நீரும் தனியார் சொத்தா... அவை உற்பத்திச் சாதனமா... இல்லை அனைத்து உயிர்களுக்கும் வாழ்வாதாரமா? இந்தக் கேள்வி களுக்கு விஞ்ஞானிகளும் பொருளாதார மேதைகளும் பதில் சொல்ல முடியாது என்கிறார் ஷூமேக்கர்.

இந்திய உழவாண்மையின் அடித்தளத்தைச் சீர்குலைத்த போக்கு 1965-ல் நடைபெற்றது. 'பச்சைப் புரட்சிக்கு அப்பா' என்று சொல்லி யார் யாருக்கோ பட்டம், பதவிகள் அளிக்கிறார்கள். அந்தப் பச்சைப் புரட்சிக்கு ஆதிமூலமாக இருந்த அமெரிக்கர் பற்றி அன்றைய உணவு - வேளாண் அமைச்சர் சி.சுப்பிரமணியம் கூறியுள்ளதைப் படிப்போமா...

உழவுக்கும் உண்டு வரலாறு!

''விஞ்ஞானமும் தொழில் நுட்பமும் கண்டுள்ள புதிய முன்னேற்றங்களது அடிப்படையில் விவசாயம் சம்பந்தமாகப் புதிய அணுகுமுறைகளைப் பரிசீலிப்பதற்கு நான் தயாராக இருக்கிறேன் என்பதை அறிந்ததும் இந்தியாவில் உள்ள 'ராக்ஃபெல்லர் பவுண்டேஷனை'ச் சேர்ந்த டாக்டர் ரால்ப் கம்மிங்ஸ் என்னைப் பார்ப்பதற்காக வந்தார்.

அமோக விளைச்சல் தரும் விதை ரகங்களை மெக்சிகோவிடமிருந்து பெற்று, இந்தியாவில் அறிமுகப்படுத்தும் திட்டத்தை ஃபோர்டு பவுண்டேஷனோடு சேர்ந்து ராக்ஃபெல்லர் பவுண்டேஷன் அச்சமயம் மேற்கொண்டிருந்தது. இரு நிறுவனங்களும் இவ்விதைகளைப் பல்வேறு ஆய்வுக்கூடங்களுக்கு, குறிப்பாக டெல்லியிலுள்ள இந்திய விவசாய ஆராய்ச்சிக் கழகத்துக்கும் (ஐ.ஏ.ஆர்.ஐ.) லூதியானா விவசாயப் பல்கலைக் கழகத்துக்கும் வழங்கின. ஆனால், இந்தப் புதிய விதைகளைப் பயன்படுத்துவதற்கு விஞ்ஞானிகளிடமிருந்து கடுமையான எதிர்ப்பு நிலவியது. புதிய விதைகளால் எப்படிப்பட்ட புதிய பூச்சிகளும் நோய்களும் தோன்றும் என்பதை அவர்களால் நிச்சயமாகத் தெரிந்து கொள்ள முடியவில்லை. எனவே முன்னெச்சரிக்கையாக இருக்க அவர்கள் விரும்பினார்கள். இந்த விதைகளை முன்னோட்டப் பரிசோதனைக்காக நிலங்களுக்கு வழங்காமலிருந்தார்கள்.

என்னுடனான சந்திப்பின்போது புதிய விதைகள் அறிமுகப்படுத்தப்பட்டு இரண்டு ஆண்டுகள் ஆகிவிட்ட நிலையில், இப்படி தாமதம் ஆகிக்கொண்டே இருப்பது குறித்து டாக்டர் கம்மிங்ஸ் குறை கூறினார். 'விஞ்ஞானத்தையும் தொழில் நுட்பத்தையும் பயன்படுத்துவது பற்றிப் பிரமாதமாகப் பேசுகிறீர்கள். ஆனால், தற்போது கைவசம் தயாராக உள்ள தொழில்நுட்பத்தைப் பயன்படுத்துவதற்கு இவ்வளவு தயக்கம் காட்டி, தாமதமும் செய்கிறீர்கள்' என்று அவர் வருத்தப்பட்டார்!'' இப்படி சி.சுப்பிரமணியத்தின் சுயசரிதை பேசுகிறது (பார்க்க சி.சு. எழுதிய பசுமைப்புரட்சி-பக்கம் 147, 148.).

இந்திய வேளாண் - உணவு அமைச்சர் எண்ணெய் கம்பெனிக்கும் மோட்டார் கம்பெனிக்கும் 'ஏஜெண்ட'ாக செயல்பட்டார் என்று சொல்லவில்லை. அவரையே திசை திருப்பிக் கொண்டு செல்வதில் கம்பெனிக்கார கம்மிங்ஸ் கெட்டிக்காரராக இருந்திருக்கிறார் என்பதையே இங்கு சுட்டிக்காட்ட விரும்புகிறோம்.

சி.சு. மெத்தப் படித்தவர், மேன்மைக்கு உரியவர்களோடு பழகியவர் என்பதை அவர் சுயசரிதை நமக்குப் புரிய வைக்கிறது. அவர் கடந்து வந்த பாதையை உற்று கவனிக்க நமக்குத் துணையும் செய்கிறது.

'உருக்கு மற்றும் கன எந்திரப் பொறியியல் துறை அமைச்சராகத்

தான் எனது நாடாளுமன்ற வாழ்க்கை தொடங்கியது (1962-ம் ஆண்டு தேர்தலுக்குப்பின்). ஜனநாயகமும் சோஷலிசமும் என்பது பற்றி ஓர் ஆய்வறிக்கையைத் தயாரிப்பதற்காகப் போடப்பட்ட கமிட்டியில் நானும் இருந்தேன். இதோ அந்த ஆய்வறிக்கையின் வாசகத்தில் ஒரு பகுதி.

'சோஷலிச சமுதாயத்தை அமைக்க வேண்டுமானால், வறுமையையும் அதனுடன் இணைந்த எல்லா விதமான கேடுகளையும் அகற்றுவது தலையாய குறிக்கோளாக இருக்க வேண்டும்.

ஒவ்வொரு தனிநபரின் அடிப்படைத் தேவைகளை நிறைவேற்ற உத்தரவாதமளிப்பதும், உணவு, உடை, உறைவிடம், கல்வி, சுகாதாரம் ஆகியவை சம்பந்தமான அத்தியாவசியத் தேவைகளின், குறைந்த பட்ச தேசிய அளவைக் கூடிய விரைவில் நிர்ணயிப்பது மிக முக்கியம்.

உழவுக்கும் உண்டு வரலாறு!

சி.சுப்பிரமணியம்

இந்தியா போன்ற ஒரு விவசாய நாட்டில் விவசாயப் பொருளாதாரத்தின் கட்டமைப்பும், விவசாய உறவுகளும், சட்டங்களும் மிகுந்த முக்கியத்துவம் வாய்ந்தவை. மேலும், இந்தியாவின் தொழில் வளர்ச்சி, விவசாய உற்பத்திப் பெருக்கத்துடன் பிரிக்க முடியாதபடி பின்னிப் பிணைந்துள்ளது.

நிலச் சீர்திருத்தங்களை நிறைவேற்றும் பணி நாடெங்கிலும் ஒரே சீரானதாக இல்லை. நிலச் சீர்திருத்தத் திட்டம் முழுவதையும் அடுத்த இரண்டாண்டுகளுக்குள் நிறைவேற்றுவதற்கு மெய்யார்வமிக்க முயற்சிகள் மேற்கொள்ளப்பட வேண்டும். கிராமச் சமூகத்தின் அடிப்படையிலும் தன்னிச்சையான கூட்டின் அடிப்படையிலும் அமைந்த ஒரு கூட்டுறவுக் கிராமப் பொருளாதாரமே நிலச் சீர்திருத்தங்களின் குறிக்கோளாக இருக்க வேண்டும். விவசாயிகளுக்குக் கடனுதவி அளிப்பதிலும், தேவையான பொருள்களை வழங்குவதிலும், விற்பனை வசதி களைச் செய்து தருவதிலும் கூட்டுறவுத் துறை பிரதான பங்காற்ற வேண்டும்.

வெறும் பொருளாதார வளம் மட்டுமே மனித வாழ்க்கையைச் செழுமை மிக்கதாகவும், அர்த்தமுடையதாகவும் மாற்றி விடாது. கூடவே அறநெறி மற்றும் ஆன்மிக மதிப்புகளும் போற்றி வளர்க்கப்பட வேண்டும். இது ஒன்றுதான் மனித வளங்களும் குணநலன்களும் வளர்ச்சி பெற வகை செய்யும்' என்று விவசாயத்தை உயிர்மூச்சாகப் பிடித்துக் கொண்டு பேசுகிறது சி.சு. உள்ளிட்டோர் அன்று உருவாக்கிய ஆய்வறிக்கை.

சரி, மீண்டும் நாம் சி.சு-வின் சுயசரிதையில் இருக்கும் வரலாற்றுக்கு திரும்புவோம். "புவனேஷ்வரில் நடைபெற்ற அகில இந்திய காங்கிரஸ் கமிட்டிக் கூட்டத்தின்போதே பண்டிட்ஜி (நேரு) உடல் நலமும் மனச்சோர்வும் அடைந்திருந்தார். 1964, மே 27-ம் நாள் அன்று அவரது மூச்சு நின்றது."

-இப்படி எழுதும் சி.சு., காந்தியையும் நேருவையும் ஒப்பிட்டுக் காட்டுகிறார்.

'நவீன இந்திய மறுமலர்ச்சிக் காலத்தில்தான் ஐரோப்பிய நாடுகளின் ஆதிக்கத்தின் கீழ் இந்தியா வந்தது. இந்த அரசியல்

அடிமைத்தனத்துக்கும், பொருளாதாரச் சுரண்டலுக்கும், கலாசார ஆதிக்கத்துக்கும் பதில் கூறும் முறையில் இந்தியத் தலைவர்கள் இந்தியாவின் பண்டைய ஆன்மிக வேர்களை மீண்டும் கண்டுபிடித்து, அவற்றைத் தேசிய மறுமலர்ச்சிக்கான அடித்தளமாக அமைத்தனர். இப்பணியைப் பெரிதும் முன்னின்று மேற்கொண் டவர், சுவாமி விவேகானந்தர் ஆவார்.

சமயம் மற்றும் அரசியல் சம்பந்தமாக காந்திஜியும் ஏறத்தாழ இது போன்ற கருத்துகளையே வெளியிட்டார். 'என்னைப் பொறுத்த வரையில் சமயத்துடன் தொடர்பில்லாத அரசியல் இல்லை. ஆனால், நான் குறிப்பிடுவது மூடப்பழக்க வழக்கங்கள் நிறைந்த சமயத்தையோ, வெறுப்பை உமிழ்ந்து சச்சரவிடும் குருட்டுத்தனமான சமயத்தையோ அல்ல; மாறாக சகிப்புத் தன்மையை போதிக்கும் உலகளாவிய சமயத்தையே குறிப்பிடுகிறேன். அறநெறியற்ற அரசியலை அறவே தவிர்க்க வேண்டும்' என்பது மகாத்மாவின் கருத்து.

மகாத்மாவின் எளிமையும், சொல்லுக்கும் செயலுக்கும் வேறுபாடில்லாத ஒரு வாழ்க்கையும் இந்திய மக்களின் உள்ளங்களைப் பெரிதும் கொள்ளை கொண்டன. சுதந்திரப் போராட்டத்தில் முப்பதாண்டுக் காலம் தம்மை ஈடுபடுத்திக் கொண்ட அவர், நாடெங்கும் மக்களை ஒன்று திரட்டினார். சட்ட மறுப்பு போன்ற இயக்கங்களை நடத்தி எங்கெங்கும் தேச பக்த உணர்வைக் கிளர்ந்தெழச் செய்தார். மக்களைத் தட்டி எழுப்பி அவர்களுக்கு உத்வேகம் ஊட்டினார். வெளி உலகுடனும் தொடர்பு கொண்டார். இந்தியாவின் சுதந்திரத்துக்காக மட்டுமல் லாமல், மனித குலம் முழுவதுக்குமான விடுதலைக்கும் பாடுபடுவதாகப் பறை சாற்றினார். அவர் கையாண்ட புதிய போராட்ட முறை உலகம் தழுவிய முக்கியத்துவம் பெற்றது. அகில உலகின் கவனத்தைக் கவர்ந்தது.'

-இப்படியெல்லாம் காந்தியையும் நேருவையும் விவேகானந்தரையும் புகழ்ந்து, சோஷலிசத்துக்கு விளக்கமளித்து புகழ்பெற்ற சி.சுப்பிரமணியமே அமெரிக்கர் விரித்த வலையில் வீழ்ந்தார் என்பதுதான் கொடுமை. தனது சுயசரிதையின் முதல்பாகம் பின் அட்டையில் தண்டியில் காந்தி உப்பு எடுக்கும் படத்தை அச்சிட்டுள்ளார். ஆனால், அதே சி.சு., ராக்ஃபெல்லர் ஃபவுண்டேஷனின் பிரதிநிதியான டாக்டர் ரால்ஃப் கம்மிங்ஸுக்கு உதவிகள் செய்ததன் மூலம் அந்நிய நாட்டு உப்பு கப்பலேறி வந்து இந்திய மண்ணை மலடாக்குவதற்கு காரணமாகவும் ஆகிவிட்டார்.

அமெரிக்க டிராக்டரில் இந்திய டிரெய்லர்!

அமெரிக்க எண்ணெய் கம்பெனியின் ஒரு கிளையான ராக்ஃபெல்லர் ஃபவுண்டேஷனில் கள இயக்குநராகப் பணியாற்றிய ரால்ஃப் கம்மிங்ஸ், இந்தியாவின் வேளாண்மை மற்றும் உணவுத் துறை அமைச்சர் சி.சுப்பிரமணியத்தைச் சந்திப்பதற்கு சில வருடங்கள் முன்னதாகவே இந்திய தேசத்தை ஒரு டிரெயிலராக மாற்றி, அமெரிக்கா எனும் ஆபத்தான டிராக்டரில் மாட்டுவதற்கு உரிய பணிகள், பல சம்பவங்களின் மூலமாக நடைபெற்று முடிந்திருந்தன.

இந்திய வேளாண்மையை அமெரிக்க மயமாக்குவதில் முனைந்து செயல்பட்டவை மூன்று குழுக்கள். ஒன்று: அமெரிக்க அரசாங்கம், இரண்டாவது: உலக வங்கி, மூன்றாவது: அமெரிக்கத் தனியார் நிறுவனங்கள். ‘இந்தியா குடியாட்சி தேசம்’ என்று அறிவிக்கப்பட்டதுமே அமெரிக்க மோட்டார் கம்பெனியின் கிளையான ஃபோர்டு நிறுவனம் இந்தியாவில் வந்து கடை விரித்தது. பயிற்சி, வேளாண் விரிவாக்கம் இரண்டையும் தனது கையில் எடுத்துக் கொண்டது. 1953-ம் ஆண்டு முதலாக வேளாண் ஆராய்ச்சியைத் திசை திருப்புவதில் ராக்ஃபெல்லர் ஃபவுண்டேஷன் தன்னை ஈடுபடுத்திக் கொண்டது. 1958-ம் ஆண்டு இந்திய வேளாண் ஆராய்ச்சிக் கழகம் மாற்றி அமைக்கப்பட்டு, அதன் முதல் முதல்வராக ரால்ஃப் கம்மிங்ஸ் அமர்த்தப்பட்டார் (பார்க்க, வந்தனா சிவா எழுதிய ‘பசுமைப் புரட்சியின் வன்முறை’).

இதையெல்லாம் படிக்கும்போது, ‘அடச்சே... இந்த இந்திய வேளாண் விஞ்ஞானிகள் என்னதான் செய்து கொண்டிருந்தார்கள்?’ என்ற கேள்வி எழுகிறது. ‘என் வாழ்க்கை நினைவுகள்’ என்ற தலைப்பில் சி.சுப்பிரமணியம் எழுதி வைத்திருக்கும் புத்தகத்தைப் படித்தால், அதற்கான விடை கிடைத்துவிடும்.

“உணவு மற்றும் விவசாயத் துறை அமைச்சராக நான் பொறுப்பேற்றதுமே, டெல்லியிலிருக்கும் இந்திய விவசாய

ஆராய்ச்சிக் கழகத்தில் பணியாற்றும் விஞ்ஞானிகளிடம் பேசினேன். அவர்களிடமிருந்து ஒரு நீண்ட சோகக் கதையைக் கேட்டேன். விவசாய விஞ்ஞானிகள் இரண்டாம் தர அல்லது மூன்றாம் தர விஞ்ஞானிகளாகக் கருதப்படுவதையும், அவர்களது சம்பள விகிதங்களும் அந்தஸ்தும் இதற்கேற்பவே அமைந்திருப்பதையும் தெரிந்து கொண்டேன். இரண்டாந்தர அல்லது மூன்றாந்தர நபர்களே விவசாய விஞ்ஞானிகள் பணிக்கு வருவார்கள் என்பதும் இதிலிருந்து தெளிவாகப் புரிந்தது.”

தனது சொந்த ஊரான கோவையில் இருக்கும் விவசாயக் கல்லூரி விஞ்ஞானிகள், விவசாய விஞ்ஞானத்தின் அப்போதைய நிலைமை குறித்தும் விவசாயத்தின் எதிர்காலம் குறித்தும் எப்படிப் பார்க்கிறார்கள் என்று அறிய முயன்றுள்ளார் சி.சுப்பிரமணியம். ஆனால், அப்படிப் பட்ட சிந்தனை ஏதும் இல்லாதவர்களாக இருந்த அதே சமயம், தங்களது நீண்ட சோகக் கதைகளை மட்டும் எடுத்துச் சொல்லியுள்ளனர் விஞ்ஞானிகள்.

இத்தகைய நிலைமையை பயன்படுத்திக் கொண்டு இன்னொரு காரியம் செய்தார்கள் அமெரிக்கர்கள். இந்திய ஆராய்ச்சி அமைப்புகளை மாற்றி அமைத்ததுடன் நில்லாமல், அமெரிக்க நிறுவனங்களை இந்தியர்கள் சென்று பார்த்து வருவதற்கு நிதியையும் வழங்கியது ராக்ஃபெல்லர் நிறுவனம். 1956-ம் ஆண்டு முதல் 70-ம் ஆண்டு வரையிலான காலத்தில் இந்தியத் தலைவர்கள் சுமார் 90 பேர் அமெரிக்கா போய் திரும்புவதற்கு நிதி வழங்கப்பட்டது. விஞ்ஞானிகள் 110 பேரும் அமெரிக்காவில் பயிற்சி பெற்றுத் திரும்பினார்கள். இதே காலகட்டத்தில் யு.எஸ். எய்டு என்ற நிறுவனம் 2,000 இந்தியர்களை அமெரிக்காவுக்கு அழைத்து வேளாண் கல்வி கொடுத்து, திருப்பியனுப்பியது.

இப்படி இலவசப் பயணம் போய் வந்த அனைவரும் அமெரிக்கத் தொழில் நுட்பத்தை ‘ஆஹா... ஓஹோ..’ என்று புகழ்ந்தார்கள். ஆனாலும், அமெரிக்கத் தொழில் நுட்பத்தை இந்தியாவுக்குள் புகுத்துவது சி.சுப்பிரமணியத்துக்கு அப்படியொன்றும் எளிதான காரியமாக இருக்கவில்லை. அது பற்றியும் அவர் எழுதி வைத்திருக்கிறார்.

“புதிய ரகங்களைப் பரந்த அளவில் அறிமுகப்படுத்துவதற்கு நான் யோசித்துக் கொண்டிருப்பதாக செய்தி பரவியது. பத்திரிகைகள் பொதுவாக இந்தத் திட்டத்தை எதிர்த்தே எழுதின. சமூகவியலாளர்களும் எதிர்ப்பான கருத்தையே வெளியிட்டனர். நிலச் சீர்திருத்தச் சட்டம் கிராமப்புறங்களில் இன்னும் பயனுறுதியுள்ள முறையில் செயல்படுத்தப்படவில்லை. எனவே, தற்போது அங்கு இன்னமும் பெரிய மிராசுதாரர்களும் சிறு விவசாயிகளும் இருந்து வருகின்றனர். இந்நிலையில் புதிய ரகங்கள் அறிமுகப்

படுத்தப்படுமானால் பெரிய விவசாயிகள் இதனைச் சாமர்த்தியமாகப் பயன்படுத்திக் கொண்டு பெரும் பயனடைவார்கள். மற்றவர்கள் பின்தங்கி விடுவார்கள். கிராமங்களில் சமூகப் பதற்றம் ஏற்பட இது வழிகோலும். நிலச் சீர்திருத்தச் சட்டம் முழுஅளவுக்குச் செயல்படுத்தப்பட்டால் ஒழிய புதிய திட்டத்தை நடைமுறைக்குக் கொண்டு வருவது ஆபத்தானதாகும். இவ்வாறு சமூகவியலாளர்கள் கருத்துத் தெரிவித்தனர்.

இந்தப் பிரச்னை குறித்துக் கடுமையான அரசியல் சர்ச்சைகளும் எழுந்தன. குறிப்பாக கம்யூனிஸ்ட்டுகள், 'விவசாயத் துறையில் ஆதிக்கத்தை நுழைக்கச் செய்யப்படும் சதி' என்று இத்திட்டத்தைச் சாடினர்.

இந்த விஷயத்தில் அமைச்சரவையில் கருத்து வேறுபாடுகள் நிலவியதோடு, நான் முன்வைத்த புதிய கொள்கையை அரசியல் எதிரிகளும் எதிர்த்தனர். கம்யூனிஸ்ட்டுகளும் காங்கிரஸ் கட்சியிலிருந்த இடதுசாரிகளும் இக்கொள்கையைத் தாக்கினர். நாம் அமெரிக்காவிடமிருந்து உணவு உதவி பெற்று வருவதால், இந்தக் கொள்கையை வகுப்பதில் அந்த நாட்டின் கட்டளைப்படியே நடந்து கொள்வதாக கம்யூனிஸ்ட்டுகள் குற்றம் சாட்டினர். 'இந்த விவசாயம், ரசாயன உரத்தைத் தீவிரமாகப் பயன்படுத்துவதால் மேலை நாடுகளையே நாம் சார்ந்திருக்க வேண்டிய அவல நிலை ஏற்படும்' என்றும் கம்யூனிஸ்ட்டுகள் வாதிட்டனர்" என்று கட்சிக்குள்ளும் அரசாங்கத்துக்குள்ளும் நாடாளுமன்றத்துக்குள்ளும் நடந்த மோதல்களை விரிவாக எழுதியுள்ளார் சி.சுப்பிரமணியம்.

"1965-ம் ஆண்டில் துர்காப்பூரில் காங்கிரஸ் மாநாடு நடைபெற்றது. அச்சமயம் காங்கிரஸில் இருந்த இடதுசாரிகள், சோஷலிச செயற் பாட்டுக் குழு என்ற ஒன்றை அமைத்திருந்தனர். இக்குழுவினர் உணவுக் கொள்கை குறித்து காரசாரமான விவாதத்தை எழுப்பினர். சோஷலிசக் கோட்பாடுகள் காற்றில் பறக்க விடப்பட்டு

வருகின்றனவா... சமத்துவக் கோட்பாடு கைவிடப்பட்டு வருகிறதா? என்பதே இந்த விவாதத்தின் சர்ச்சைக்குரிய விஷயமாக இருந்தது.

இவ்வளவு எதிர்ப்புகளையும் மீறி அமெரிக்கா தனது திட்டத்தை நிறைவேற்றிக் கொண்டுவிட்டது. அதற்குக் கவசமாக சி. சுப்பிரமணியத்தை அமெரிக்கா பயன்படுத்திக் கொண்டதோ? என்று எண்ணத் தோன்றுகிறது. வேளாண் விஞ்ஞானி ரிச்சாரியோ என்பவருடன் கிளாடு ஆல்வாரீஸ் நடத்திய நேர்காணல் ஒன்றுதான் இப்படியொரு எண்ணத்தை ஏற்படுத்துகிறது.

கிளாடு ஆல்வாரீஸ்... பதவி விலகிய ஒரு பேராசிரியர். மலேசியா, பிலிப்பைன்ஸ் இப்படிப் பல நாடுகளைச் சுற்றி வந்து 'பச்சைப் புரட்சி'யை நுணுகி ஆராய்ந்தவர். இந்திய இயற்கை வேளாண் பண்ணைய சங்கத் தலைவர்.

டாக்டர் ரிச்சாரியோ... கட்டாக் நகரிலிருக்கும் இந்தியாவின் மைய அரிசி ஆராய்ச்சி நிறுவன இயக்குனர் பதவியிலிருந்து வெளியேற்றப்பட்டவர். இவரை வெளியேற்றிய கையோடு, இவர் சேகரித்து வைத்திருந்த விதைகளை அமெரிக்கக் கம்பெனிகளுக்குக் கைமாற்றிக் கொடுத்தது மைய அரசு.

அந்த நேர்காணலில் ஒரு பகுதியைப் பார்ப்போம்.

கிளாடு: "கட்டாக்கில் நீங்கள் செய்த ஆராய்ச்சி பற்றி கொஞ்சம் சொல்லுங்கள்...?"

ரிச்சாரியோ: "1959-ம் ஆண்டு இங்கே வந்து சேர்ந்தபோது 67 நெல் ரகங்களைக் கொண்டு வேலையைத் தொடங்கினேன். அவற்றில் இரண்டு, மூன்று 'தைவான்' நெல் ரகங்கள் குள்ளமாக இருந்தன. பூச்சி, நோய் தாக்கவில்லை. அதிக விளைச்சல் தந்தன."

கிளாடு: "சர்வதேச நெல் ஆராய்ச்சி நிலைய இயக்குனர் ராபர்ட் சாண்ட்லர், அந்தப் பதவியில் அமர்ந்தபோது நெல் செடியைப் பார்த்தது கூடக் கிடையாது. நீங்களோ நெல் விவசாயத்தில் நிபுணர். அந்தப் பதவிக்கு அவர் எப்படி முந்திக் கொண்டு விட்டார்?"

ரிச்சாரியோ: "ஐ.ஆர்.ஆர்.ஐ 1962-ம் ஆண்டில் ஆரம்பிக்கப்பட்டது. சாண்ட்லர் இங்கு வந்திருந்தபோது எனது ஆராய்ச்சியைச் சுட்டிக்காட்டியது தவறாகப் போய்விட்டது. டெய்ச்சுங் ரகம் கூடுதல் விளைச்சல் (ஏக்கருக்கு 4,000 கிலோ) தருகிறது என்று அவரிடம் சொன்னேன். ஊர் திரும்பியதும், தானே அந்த விஷயத்தைக் கண்டுபிடித்தது போல் எழுதி, டன் கணக்கில் ஐ.ஆர்- 8 விதையை விமானத்தில் அனுப்பி வைத்தார்."

கிளாடு: "பெரிய அளவில் விதை இறக்குமதி செய்யும்போது என்ன நடக்கிறது?"

ரிச்சாரியோ: "பூச்சிகளின் முட்டைகளோ, நோய் அணுக்களோ வரும் வாய்ப்பு உண்டு. அந்த வகையில், இறக்குமதி செய்த விதைகள் 'துங்ரோ' என்னும் வைரஸ் நோயைக் கொண்டு வந்தன."

கிளாடு: "மேலும் அவர்கள் என்ன செய்தார்கள்?"

ரிச்சாரியோ: "கட்டாக் நகரில் உள்ள அரிசி ஆராய்ச்சி நிலையத்தையே ராக்ஃபெல்லர் அறக்கட்டளை விலை பேசியது. 'பொது நிறுவனத்தை ஒரு தனியார் கம்பெனிக்கே கொடுப்பது முறையல்ல' என்று வாதிட்டேன். ஆனால், 1966-ம் ஆண்டு ஜனவரியில் மூன்று மாத நோட்டீஸ் கொடுத்து என்னை ஓய்வில் போகச் சொல்லி விட்டனர்."

கிளாடு: "எதற்காக இப்படி மூன்று மாத நோட்டீஸ்?"

ரிச்சாரியோ: "நான் அங்கேயே தொடர்ந்து இருந்தால், ஏப்ரல் ஒன்றாம் நாள் இந்திய வேளாண் ஆராய்ச்சிக்கழக (ICAR) இயக்குனர் என்கிற பெரிய பதவியில் உட்கார்ந்து விடுவேன். அது பலருக்கும் இடைஞ்சலாகி விடுமே!"

கிளாடு: "சரி, உங்களுக்கு பதிலாக அந்த நாற்காலியில் உட்கார்ந்தது யார்?"

ரிச்சாரியோ: "எம்.எஸ்.சுவாமிநாதன்."

கிளாடு: "அப்போது இந்திய உணவு மற்றும் வேளாண்துறை அமைச்சர் யார்?"

ரிச்சாரியோ: சி.சுப்பிரமணியம்.

இப்படி நமது தேசத்து வேளாண்மையில் ரசாயனங்களைப் புகுத்த தில்லுமுல்லுத்தனம் செய்த மற்றொரு அமெரிக்கர் ராபர்ட் சாண்ட்லர்.

தேசமே, மகாத்மா காந்தி என்று ஒருவர் இருந்ததை மறந்து போனது. அது பற்றியும் கொஞ்சம் நினைத்துப் பார்ப்போம்.

அமெரிக்காவின் கையில் மூக்கணாங் கயிறு!

'பச்சைப் புரட்சி'யின் மூன்றாவது அப்பா நார்மன் போர்லோ. இந்தியாவில் குள்ளக் கோதுமை ரகத்தைப் புகுத்திய புண்ணியவான். இந்தக் காரணத்துக்காகவே இவருக்கு 1970-ம் ஆண்டு உலக அமைதிக்கான நோபல் பரிசு வழங்கினார்கள்.

அமெரிக்காவைச் சேர்ந்த ராக்ஃபெல்லர் கம்பெனியின் வேலையாள்தான் இந்த நார்மன் போர்லோ. அந்த நிறுவனத்தின் சார்பில் மெக்ஸிகோ நாட்டிலிருக்கும் விதைப் பண்ணையின் பொறுப்பில் இருந்தவர். இவரிடம் பயிற்சி பெற்ற எம்.எஸ். சுவாமிநாதன், 1965-ம் ஆண்டு இந்திய விவசாய ஆராய்ச்சிக் கழகத்தின் தலைவராக்கப்பட்டார்.

போர்லோ, 67-ம் ஆண்டு இந்தியா வந்தபோது அரசியல்வாதிகள், தூதுவர்கள் மத்தியில் உரை நிகழ்த்தினார். அப்போது, "நான் மட்டும் இங்கே நாடாளுமன்ற உறுப்பினராக இருந்தால், ஒவ்வொரு 15 நிமிடத்திலும் நாற்காலியை விட்டு எழுந்து உரக்கச் சத்தம்போட்டுக் கத்துவேன். 'ரசாயன உரம்... உழவர்க்கு ரசாயன உரம் கொடு! நிறைய நிறைய உரம் கொடு' என்று கத்துவேன்" (பார்க்க: பசுமைப் புரட்சியின் வன்முறை பக்: 104) என்று சொன்னார். அப்படியொரு ரசாயனக் காதலரான இந்த போர்லோ, 1966 - 67-ம் ஆண்டில் பல வித (150 வகை) கோதுமை விதைகளை 18,000 டன் அளவுக்கு இந்தியாவுக்கு அனுப்பினார். இதையடுத்து, மாதிரி விளக்க வயல்கள் 1,000 எண்ணிக்கையில் உருவாக்கு வதற்குத் திட்டம் தயாரித்துச் செயல்படுத்தினார் எம்.எஸ்.சுவாமி நாதன் (பார்க்க: சி.சு. பக்: 177). போர்லோ தயாரித்த ஆயிரக்கணக்கான கோதுமை விதைகளில் மூன்று மட்டுமே இந்தியாவில் பயிர் செய்யத் தேர்வு செய்யப்பட்டது. அந்தப் பயிர்களும் இலைப்புள்ளி, கரிப்பூட்டை, இலைத்துரு ஆகிய நோய்களால் பாதிக்கப்பட்டன.

கொடுமை என்னவென்றால்... போர்லோ, அமெரிக்க விதைகளை இங்கே அனுப்பி வைப்பதற்கு முன்பாக பஞ்சாபில் நல்ல விதை ரகங்கள் இருந்தன. 1952-ல் லூதியானாவில் ஒரு ஏக்கரில் 2,360 கிலோ கோதுமை விளைந்துள்ளது. 1965-ல் பஞ்சாப் வேளாண் பல்கலைக் கழகம் சி-306 என்ற ரகத்தைக் கண்டுபிடித்தது. இந்த ரகம் ஒரு ஏக்கரில் 1,316 கிலோ விளைந்தது.

இதை அன்றைய உழவு மற்றும் உணவு அமைச்சரான சி. சுப்பிரமணியமும் மறுக்கவில்லை. ஆனால், இதைப் பற்றி எழுதும்போது மட்டும் சப்பைக்கட்டு கட்டியுள்ளார். "இந்த ரகங்கள் மிகுந்த கண்டுமுதல் ஆற்றல் கொண்டவை என்பது நிரூபிக்கப்பட்டுள்ளது என்றபோதிலும், திருப்தியற்ற சில அம்சங்களை அவை பெற்றிருப்பது தெரியவந்தது. உதாரணமாக, இந்த ரகங்களைச் சேர்ந்த தானிய மணிகள் இந்தியப் பயனீட்டாளர்கள் விரும்பும் அம்பர் நிறமாக இல்லாமல் சிவப்பு நிறமாக இருந்தன. இரண்டாவதாக... வேக வைப்பதை ஏற்கும் தன்மை இந்த இரண்டு ரகங்களில் குறைவு. முக்கியமாக இவற்றிலிருந்து தயாரிக்கப்பட்ட சப்பாத்திகள் நன்றாக இல்லை!" என்று குறிப்பிட்டிருக்கும் சி.சு. (சி.சுப்பிரமணியம்),

"எஃப்.ஏ.ஓ. (உணவு மற்றும் வேளாண்மைக்கான சர்வதேச அமைப்பு) மாநாட்டில் பங்கு கொள்வதற்காக பிலிப்பைன்ஸ் தலைநகர் மணிலா சென்றபோது, சர்வதேச நெல் ஆராய்ச்சிக் கழகத்துக்கும் சென்றேன். அங்கிருந்து பன்னிரண்டு வகை புதிய நெல் ரகங்களை கொண்டு வந்து நம்நாட்டு விஞ்ஞானிகளிடம் தந்தேன். அயல் நாட்டு ரகங்களைப் பயன்படுத்திப் பார்த்தபோது அவற்றில் பல்வேறு குறைபாடுகள் தெரிய வந்தன. அவை இந்திய சமையல் முறைக்கும் இதர நடைமுறைகளுக்கும் ஏற்றவையாக இல்லை!" என்றும் குறிப்பிட்டுள்ளார்.

சி.சு. 1964-ம் ஆண்டுதான் உழவு மற்றும் உணவுத் துறை அமைச்சராகப் பொறுப்பேற்றார். ஆரம்பத்திலிருந்தே அவரது கருத்துகளுக்கு எதிர்ப்பு இருக்கவே செய்தது. 65-ம் ஆண்டு பிரதமர் லால் பகதூர் சாஸ்திரியிடம் புதிய வேளாண் திட்டத்தை சி.சு. தெரிவித்தார். ஆனால், லால் பகதூர் ஒப்புதல் தரவில்லை. இந்தத் திட்டத்தை அமல்படுத்துவதில் எத்தகைய அவசரமும் வேண்டாம் என்று எச்சரித்தார்.

இதைப் பற்றியும் தனது நூலில் எழுதியிருக்கும் சி.சு., "அமெரிக்காவின் தூண்டுதலின் பேரில்தான் இந்தத் திட்டத்தை நான் கொண்டு வந்திருப்பதாகக் கம்யூனிஸ்டுகள் தீவிரப் பிரசாரம் செய்துவந்தனர். ஐந்து பெரிய ரசாயன உர ஆலைகளை நிர்மாணிப்பதற்கு 'பெக்டல் இன்டர்நேஷனல்' நிறுவனம் (அமெரிக்கக் கம்பெனி) முன் வந்தது. துரதிர்ஷ்டவசமாக நிதி அமைச்சகம் இந்த யோசனையை சித்தாந்தக் காரணங்களுக்காக

விகடன் பிரசுரம்

நார்மன் போர்லோ (நடுவில் இருப்பவர்) ஜார்ஜ் புஷ்ஷுடன்...

நிராகரித்து விட்டது..." என்று வருத்தப்பட்டிருக்கிறார்.

தான் பேசியும் எழுதியும் வந்த புதிய வேளாண் திட்டத்தை நடைமுறைப்படுத்துவதற்கு முன்பாக அமெரிக்காவோடு பி.எல்-480 என்ற ஒப்பந்தம் ஒன்றைப் போட்டார் சி.சு. "பசுமைப் புரட்சிக்கு நாம் தயாரிப்புகள் செய்து கொண்டிருந்தபோது கடுமையான வறட்சி நாட்டில் நிலவியது. இதனால் 1965-67-ம் ஆண்டுகளில் உணவு தானிய பற்றாக்குறை ஏற்பட்டது. நிலைமையை நன்கு மதிப்பீடு செய்து பார்த்தபோது குறைந்தபட்சம் ஒரு கோடி டன் உணவு தானியங்களை இறக்குமதி செய்தாலொழிய நெருக்கடியைச் சமாளிக்க இயலாது எனத் தெரிந்தது. அதற்காகப் போடப்பட்ட ஒப்பந்தம்தான் அது!" என்று சொன்னார் சி.எஸ்.

இது பற்றி நாடாளுமன்றத்தின் இரு அவைகளிலும் அப்போது விவாதம் நடைபெற்றது. மாநிலங்களவையில் இந்திய கம்யூனிஸ்ட் கட்சியைச் சேர்ந்த புபேஷ் குப்தா (ஆக்ஸ்ஃபோர்டு பல்கலைக் கழகத்தில் படித்தவர். குடியரசுத் தலைவராக இருந்த டாக்டர். ராதாகிருஷ்ணனின் மாணவர்) பேசும்போது, "மதிப்புக்குரிய அமைச்சர் ஒரு காந்தியவாதி என்றும், 'சத்தியமேவ ஜயதே' என்பதே அவரது கோட்பாடு என்றும் நம்புகிறேன். அப்படி

103

யானால், 'பி.எல் 480-ன் இந்தியக் கிளை' என்று எழுதப்பட்ட ஒரு பெயர்ப் பலகையை வேளாண் அமைச்சக அலுவலகம் முன்பாக வைக்கும்படி அவருக்கு யோசனை கூறுகிறேன். மதிப்புக்குரிய அமைச்சர் அமெரிக்கக் கோடீஸ்வரர்களுக்கு வெள்ளைக் கொடி காட்டிவிட்டார்.

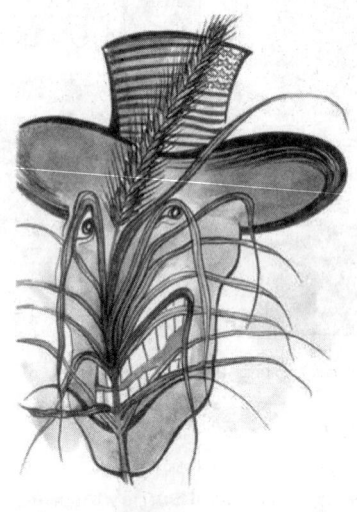

புதிய வேளாண் கொள்கை பற்றி இப்போது பேசி வருகிறார் அமைச்சர். ஆனால், இதே ரீதியில் முன்னர் ஃபோர்டு பவுண்டேஷன் உதவியுடன் ஆரம்பிக்கப்பட்ட பழைய தீவிர வேளாண் வளர்ச் சித்திட்டம் என்னவாயிற்று? அது பரிதாபமாகத் தேல்வி அடைந்து விட்டது. இதன் விளைவாகவே அபாயகரமான உணவு நிலைமை என்னும் அதலபாதாளத்தின் விளிம்பில் இன்று நாம் நிற்கிறோம். ஆனால், இந்தச் சூழலிலும் நிலைமையைப் பயன்படுத்திக் கொண்டு, சுப்பிரமணியம் இந்த நாட்டில் விற்க முயலும் மானக்கேடான, அவக்கேடான புதிய வேளாண் கொள்கையை தேசம் முழுவதுமே அணி திரண்டு ஒன்றுபட்டு எதிர்க்கவேண்டும்!'' என்று சீறியிருக்கிறார் புபேஷ் குப்தா.

கம்யூனிஸ்டு கட்சியைச் சேர்ந்த எச். என். முகர்ஜி, நாடாளுமன்றத்தில் ஒரு கண்டனத் தீர்மானமே கொண்டு வந்தார். அப்போது, ''பி.எல்.480 ஒப்பந்தத்தின் மூலம் கிடைக்கும் உணவு தானியங்கள் நமக்கு என்னதான் அவசியமாகத் தேவைப்பட்டாலும், நிபந்தனைகளோடு கொடுத்தால் ஏற்றுக் கொள்ள மாட்டோம் என்று சொல்லியிருக்கிறார் சுப்பிரமணியம். ஆனால், இத்தகைய ஒப்பந்தங்களுடன் யாரும் எழுத்து பூர்வமான நிபந்தனைகளை இணைக்க மாட்டார்கள் என்பதை அவருக்குச் சொல்லிக் கொள்ள விரும்புகிறேன்!" என்று சூடாகச் சொல்லியிருக்கிறார் முகர்ஜி.

இதற்கு பதில் தந்தபோது, "அவருடைய கண்டன தீர்மானத்துக்குப் பின்புலத்தில் ஒரு சூத்திரக் கயிறு இருக்கிறது!" என்று சொல்லி நழுவிக் கொண்டார் சி.சு. ஆனால், முகர்ஜி சொன்னபடியேதான் பின்னாளில் நடந்தது. அதையும் சி.சு-வே எழுதி வைத்துள்ளார்.

"1965 நவம்பர் தொடக்கத்தில் ரோம் நகரில் எஃப்.ஏ.ஓ. கூட்டம் நடைபெற்றது. அமெரிக்க வேளாண் அமைச்சர் ஆர்விது

ஃப்ரீமனும் வந்திருந்தார் (பச்சைப் புரட்சியின் இன்னோர் அப்பா). பி.எல் - 480 ஒப்பந்தப்படி 65-66-ம் ஆண்டுக்கு ஒரு கோடி டன் கோதுமை தேவைப்படும் என்று அவரிடம் தெரிவித்தேன். 'இதை ஜனாதிபதி ஜான்சன்தான் முடிவு செய்ய வேண்டும். டிசம்பர் இறுதிக்குள்ளாக வாஷிங்டனுக்குப் பயணம் மேற்கொள்ளுங்கள். இந்த இடைக்காலத்தில் இந்தியாவில் என்ன நடவடிக்கைகள் எடுக்கப் போகிறீர்கள்? திட்டத்தைச் செயல்படுத்துவதற்கு உதவியாக அமெரிக்கா என்ன செய்ய வேண்டும்? என்பது குறித்து நம்மிடையே ஓர் உடன்பாடு ஏற்பட்டால் நல்லது' என்றெல்லாம் அவர் ஆலோசனைகள் கூறினார். இதன் பேரில் ஓர் ஒப்பந்தக் குறிப்பு தயாரிக்கப்பட்டது. அதில் ஃப்ரீமனும் நானும் கையொப்பமிட்டோம். 'ரோம் ஒப்பந்தம் 1965' என்று பெயரிட்டோம். இதை நாங்கள் பகிரங்கப்படுத்தவில்லை. (1976-ல்தான் அதாவது 11 ஆண்டுகளுக்குப் பிறகு ஏதோ ஒரு மாநாட்டில் இந்த ஒப்பந்தம் பற்றி ஃப்ரீமன் பிரஸ்தாபித்தார்.)

1965 அக்டோபரில் இந்தியா - பாகிஸ்தான் போர் மூண்டது. இதன் காரணமாக இந்தியாவுக்கு அமெரிக்க உதவி நிறுத்தி வைக்கபட்டது. போர் முடிவுற்றதும் அமெரிக்க உதவிகள் தொடர்வதற்கு வேளாண் கொள்கையில் மட்டுமின்றி, பொருளாதாரக் கொள்கையிலும் நிபந்தனைகள் விதிக்கப்பட்டன. உள்நாட்டுத் தனியார் மூலதனத்துக்கு நாம் அதிகப் பங்கு அளிக்க வேண்டும் என்று அமெரிக்கா வற்புறுத்திற்று - நமது ரூபாயின் மதிப்பைக் குறைக்க வேண்டும் என்றும் யோசனை கூறிற்று.

1966 ஜூன் மாதத்தில் இந்திராகாந்தி பிரதமர். அப்போது ரூபாயின் மதிப்பை 36.5% குறைக்க வேண்டிய கட்டாயம் ஏற்பட்டது. இதையடுத்து, அமெரிக்க உதவிகள் மீண்டும் தொடர்ந்தன. ஆனால், மூக்கணாங் கயிற்றைப் பிடித்திருக்கும் தமது போக்கை அமெரிக்கா கைவிடவில்லை" என்று எழுதி வைத்திருக்கும் சி.சு., நகைச்சுவையாக ஒன்றைச் சொல்கிறார்-

"தோல்வி ஓர் அநாதைக் குழந்தை. வெற்றிக்கோ ஏராளமான தந்தைகள் என்று சொல்வார்கள். புதிய விவசாய வளர்ச்சிக்கும் இது பொருந்தும். இந்த வெற்றிக்கு தூண்டுதல் கர்த்தாக்களாகப் பலரும் உரிமை கொண்டாடியுள்ளனர்."

ம்... இந்திய நோஞ்சான் குழந்தையான 'பச்சைப் புரட்சி'க்குத்தான் எத்தனை எத்தனை அப்பாக்கள்?!!

அன்று 20 மூட்டை...
இன்று 75 மூட்டை...

தோளில் பச்சைத் துண்டோடும், தலையில் நெல் மூட்டையோடும் தமிழகத்து உழவர்கள் 2007-ம் ஆண்டு நவம்பர்- 26 அன்று சென்னையிலிருந்து டெல்லிக்கு வண்டி பிடித்தார்கள். நவம்பர் - 27 அன்று தமிழகமெங்கிலும் சாலை மற்றும் ரயில் மறியலில் ஈடுபட்டார்கள்.

வழக்கமாக லாரிகளிலும், சரக்கு ரயில்களிலும் ஏற்றப்படும் நெல்... உழவர்களின் தலையில் சுமையாக மாறியது ஏன்?

'வாழைக்கு தான் ஈன்ற காய் கூற்றம்' என்று ஔவையார் பாடினார். அதே போல, உழவர்க்கு தாம் உற்பத்தி செய்த நெல்லே பகையானது, எவரும் சகிக்க முடியாத துயரம்.

இந்திய விவசாயிகள் விளைவித்த கோதுமைக்கு உரிய விலை கொடுக்க மறுத்த மைய அரசு, குப்பைக் கோதுமையை பன்னாட்டு நிறுவனங்களிடமிருந்து ஒரு டன் சுமார் 15,000 ரூபாய் என்று கொடுத்து இறக்குமதி செய்ய நேர்ந்தது. எந்த நேரத்திலும் தேர்தலைச் சந்திக்க நேரலாம் என்று நிலைமை மாறியதும், 'விவசாயிகளிடமிருந்து கொள்முதல் செய்யப்படும் கோதுமை டன் ஒன்றுக்கு 10,000 ரூபாய்' என்று விலை உயர்வை அறிவித்தது.

இதைத் தொடர்ந்து இந்தியா முழுக்கவே, 'நெல்லுக்கும் 10,000 ரூபாய் கொடு' எனக் குரல் கேட்க ஆரம்பித்துவிட்டது.

'அரிசியை முக்கிய உணவாக உண்ணும் நம்ம ஊரைச் சேர்ந்த 12 பேர் மத்திய மந்திரிகளாக அரியணைகளில் அமர்ந்துள்ளார்கள்; அவர்கள் முயற்சிப்பார்கள்; அரிசி விலையும் டன் 10,000 ரூபாய் என அறிவிக்கப்படும்' என்று எதிர்பார்த்து ஏமாந்த உழவர்கள், தாம் விளைவித்த நெல்லை டெல்லியில் கொண்டு போய்க் கொட்டிப் போராடும் நிலைக்குத் தள்ளப்பட்டுள்ளனர்.

உழவர்கள் சந்திக்கும் நெருக்கடியை ஆட்சியில் உள்ளவர்கள் புரிந்து கொண்டதாகத் தெரியவில்லை. உழவர்கள் முன்வைக்கும் கோரிக்கையின் நியாயத்தைப் புரிந்து கொண்டதாகவும் தெரியவில்லை. அவர்களுக்கெல்லாம் மிகமிக எளிதாக விளங்கும் வகையில் ‘மாம்பாக்கம்’ வீரபத்திரன் முன் வைக்கும் வாதத்தைச் சற்றே கவனிப்போம்.

‘1970-ம் ஆண்டுக்கு (பச்சைப் புரட்சி முனைப்பாக்கப்பட்ட காலம்) முன்பு வேளாண் விளைபொருள்களின் விலை என்னவாக இருந்தது, இப்போது எப்படி இருக்கிறது?

அன்று, 75 கிலோ எடையுள்ள நெல் மூட்டைகள் இருபதை (1500 கிலோ) விற்று 1,000 ரூபாய் மதிப்புடைய ஒரு டன் இரும்பு வாங்க முடிந்தது. இன்று ஒரு டன் இரும்பு வாங்க, கிட்டத்தட்ட 75 மூட்டை (5625 கிலோ) நெல்லை விற்க வேண்டியுள்ளது. அதாவது இடைப்பட்ட காலத்தில் நெல்லின் விலை 10 மடங்கு உயர்ந்திருக்கிறது; ஆனால், இரும்பின் விலையோ 33 மடங்கு உயர்ந்துள்ளது. ஆக... நெல்லின் விலை எந்த அளவுக்கு வீழ்ந்து கிடக்கிறது பாருங்கள். ஏறத்தாழ இதே போன்றுதான் பெரும்பாலான விளைபொருட்களின் விலையும் உள்ளன. அன்றைய நிலையை ஒப்பிட்டால், இன்றைக்கு 75 கிலோ மூட்டை நெல், 2,000 ரூபாய்க்காவது விற்க வேண்டாமா... உழவன் கௌரவத்தோடு வாழ வேண்டாமா..?

இதன் மூலம் ஒவ்வொரு மூட்டை (75 கிலோ) நெல்லை விற்கும்போதும் தனது வருவாயில் 1,600 ரூபாயை இழக்கிறான் உழவன் என்பதை எல்லோரும் மனதில் கொள்ளுங்கள்.’

செயற்பொறியாளராக இருந்து ஓய்வு பெற்ற ஒரத்தநாட்டுக்காரர் ப.இராமசாமி முன் வைக்கும் வாதத்தையும் பாருங்கள்.

‘1970-ம் ஆண்டு நான்கு மூட்டை நெல் விற்று ஒரு பவுன் தங்கம் வாங்கினார் என் அப்பா. தங்கம்தான் உலகத்தின் பொது அளவுகோலாக இருக்கிறது. அப்படியானால், இன்றும் நான்கு மூட்டை நெல்லை விற்று ஒரு பவுன் தங்கம் வாங்க வேண்டும். அதாவது, ஒரு மூட்டை நெல் 2,000 ரூபாய் விற்க வேண்டும். இந்த உண்மையைச் சொன்னால், இவனுக்குப் பேராசை என்று சொல்லுமளவுக்கு உழவர்கள் அப்பாவியாக இருக்கிறார்கள்!’

விளைபொருட்களின் விலை மற்ற பொருளுக்கு ஒப்ப உயரவில்லை என்பது ஒரு புறமிருக்க... மறு புறம், வழக்கில் இருக்கும் வித்துகளும் ரசாயனங்களும் சேர்ந்து கொண்டு மண்ணையும், நீரையும், மாடுகளையும் மனித வாழ்க்கையையும் சீர்குலைத்துள்ளன. இதனை ‘பசுமைப் புரட்சியின் வன்முறை’ என்ற புத்தகம் விளக்குகிறது. இதை எழுதியவர் டாக்டர். வந்தனா சிவா. அறிவியல் தொழில்நுட்ப உயிரியல் ஆராய்ச்சி நிறுவனத்தின்

வந்தனா சிவா

இயக்குனரான வந்தனா, அறிவியல் சொத்துரிமைக்கு எதிரான போராளி. நவதானியங்களைச் சேகரித்து இனப்பெருக்கம் செய்து பரப்புவதற்கெனவே 'நவதான்யா' இயக்கம் கண்டவர்.

பஞ்சாப் மாநிலத்தில் மேற்கொள்ளப்பட்ட ஆய்வுகளின் அடிப்படையில் பச்சைப் புரட்சி நடத்திய கொடுமைகளை அவரது புத்தகம் வர்ணிக்கிறது.

"1952-ம் ஆண்டு கொழும்பு நகரில் ஒரு மாநாடு கூட்டப்பட்டது. 'பிரிட்டனும் அமெரிக்காவும், இணைந்து இந்த மாநாட்டைக் கூட்டின. வளர்ச்சி என்பதற்கான தத்துவம் இங்கு வடிவமைக்கப்பட்டது.

மனிதர்களிடையே மோதல்கள் ஒழிய வேண்டும். வறுமையும் வன்முறையும் மறைய வேண்டும். பற்றாக்குறை நீடிக்கக் கூடாது. இயற்கையை மனிதனின் கட்டுப்பாட்டுக்குள் கொண்டு வர வேண்டும். இதற்காக உயர்மட்டத் தொழில் நுட்பம் பயன்படுத்தப்பட வேண்டும். ஆசிய உழவர்கள் புரட்சிக்குப் பழக்கப்பட்டவர்கள். இவர்கள் கசக்கிப் பிழியப்பட்டால், பதவியில் இருப்போருக்கும் பணமுதலைகளுக்கும் எதிராகக் கொதித்து எழுவார்கள். கம்யூனிஸ்டுகள் கை ஓங்கி விடக் கூடாது. இதற்காகவும், அமோக உற்பத்திக்காகவும், அமைதியை நிலை நாட்டுவதற்காகவும் பச்சைப் புரட்சிக்கான விதை அந்த மாநாட்டில்தான் விதைக்கப்பட்டது. அது விளைவித்த கொடுமைதான் சொல்லி மாளாது!

பஞ்சாபில் பச்சைப் புரட்சி மீது இருந்த மோகம் 1980-ம் ஆண்டுகளிலேயே மங்கிப் போனது. வருவாய் தேய்ந்து வருவதையும் நிலவளம் தாழ்ந்து போவதையும் கடன் உயர்வதையும் ஏழை - பணக்காரர் வேறுபாடின்றி உழவர்கள் புரிந்து கொண்டார்கள். வருவாய் வேகமாகச் சரிந்து வருவதால் பெரிதும் பாதிக்கப்பட்டவர்கள் சிறு உழவர்கள். 5 ஏக்கருக்குக் கீழே நிலம் வைத்திருக்கும் உழவர்கள் 48.5%. 1974-ம் ஆண்டு ஆய்வின்படி ஒரு குடும்பம் ஆண்டு தோறும் 125 ரூபாய் இழப்பைச் சந்தித்தது. வஞ்சிக்கப்பட்ட பஞ்சாப் உழவர்கள், 1980-90ம் ஆண்டுகளுக்கு இடையில் போர்க் கொடி தூக்கினார்கள். 'மத்திய அரசாங்கம் பஞ்சாப் மாநிலத்தைக் காலனியாக நடத்துகிறது. இந்தியா முழுவதுக்கும்

உணவளிக்க எங்களைப் பணயக் கைதியாக மத்திய அரசு வைத் துள்ளது' என்று கொதித்தார்கள் (1984 ஜனவரி 31-ம் நாள் சாலை மறியலில் குதித்தார்கள். பருத்திச் செடியைப் பூச்சிகள் மேய்ந்ததற்கு இழப்பீடாக 12.5 கோடி ரூபாய் வழங்கப்பட்டது).

அப்போது ஆளுநர் ஆட்சி என்பதால், மார்ச் 12-ம் நாள் ஆளுநர் மாளிகையை முற்றுகையிட்டது பாரதிய உழவர் சங்கம். 'மின் கட்டண உயர்வை கைவிட வேண்டும். கொள்முதல் விலையை உயர்த்த வேண்டும். வேளாண் மறுநிதி கார்ப்பரேஷனை கலைக்க வேண்டும். வேளாண் செலவு கமிஷன் அமைக்க வேண்டும்' என்ற கோரிக்கைகளோடு ஒரு வாரம் நடந்த முற்றுகைப் போராட்டம், மார்ச் 18-ம் தேதியன்று ஒரு உடன்படிக்கைக்குப் பிறகு விலக்கிக் கொள்ளப்பட்டது.

ஆனாலும் நீடிக்க முடியாத பச்சைப் புரட்சித் தொழில் நுட்பத்தின் கோரப் பிடியில் சிக்கிய உழவர்களது போராட்டம் இன்றுவரை ஓயவில்லை. இதையடுத்து, அதே ஆண்டின் ஏப்ரல் மாதத்தில் முச்சந்திகள் தோறும் அறிவிப்புப் பலகையை நட்டு வைத்தது பாரதிய உழவர் சங்கம். அதில்-

'முறையான கணக்கு வழக்கு இல்லாமல் கடன் தொகையை வசூலிப்பது சட்ட விரோதமானது.

பாரதிய கிசான் சங்கத்தின் அனுமதி பெறாமல் வசூல் அதிகாரிகள் ஊருக்குள் நுழைவது தடை செய்யப்பட்டுள்ளது' இப்படி எழுதப்பட்டிருந்தது.

மே மாதத்தில் போராட்டம் உச்சகட்டத்துக்கு வந்தது. மே 10 மற்றும் 18 தேதிகளுக்கு இடைப்பட்ட ஒரு வார காலம் முழுவதும் ஆளுநர் மாளிகை முற்றுகை இடப்பட்டது. எவ்வளவுதான் குறைத்து மதிப்பிட்டாலும் 15,000 முதல் 20,000 உழவர்கள், மாநில தலைநகர் சண்டிகர் நகரில் குவிந்திருந்தார்கள்.'

பசுமைப் புரட்சி வித்திட்ட வன்முறை, பஞ்சாபை மட்டுமின்றி நாடு முழுவதும் உழவர்களைச் சீரழித்துள்ள தன்மையை தனது நூலில் நன்றாகவே படம் பிடித்திருக்கிறார் வந்தனா. ஆனால், அதைக் கொண்டும் நம் தலைவர்கள் பாடம் படிக்க மறந்து போனதுதான் வேதனை!

இனி, விதைகளே பேராயுதம்!

ஆங்கிலேயரை எதிர்த்து இறுதி வரை போராடியவர்கள் சீக்கியர்கள். 1840 - களில் இறுதியாக வீழ்த்தப்படுவதற்கு முன்பு பதினோரு தடவை ஆங்கிலப் படையைத் தோற்றோடச் செய்தவர்கள். சுதந்திர இந்தியாவின் போர்ப் படையில் ஆறில் ஒருவர் சீக்கியர்.

'நம்பற் குரியர் நம் வீரர் – தம்
நல்லுயிர் ஈந்தும் கொடியினைக் காப்பர்'

- என்று பாரதி பாடியது, சீக்கியர்களைப் பார்த்துதான். அத்தகைய மக்கள், பச்சைப் 'புரட்சி' செய்வதிலும் தமது வீரத்தைக் காட்டினார்கள். விளைவு? அமைதியை நிலை நாட்ட அறிமுகப்படுத்தப்பட்ட பச்சைப் புரட்சித் திட்டம், ரத்தக் களறியில் முடிந்தது.

அதைப் பற்றி விரிவாகவே 'பச்சைப்புரட்சியின் வன்முறை' என்ற தனது நூலில் விவரிக்கிறார் 'சுற்றுச்சூழல் ஆர்வலர்', 'சமூகப் போராளி' வந்தனா சிவா.

"1981-ம் ஆண்டு கணக்குப்படி பஞ்சாப் மக்கள் தொகை 1 கோடியே 67 லட்சம் பேர். அதாவது இந்திய மக்கள் தொகையில் 2.5%. ஆனாலும், இந்திய உணவு தானிய உற்பத்தியில் 7% அவர்களுடையதுதான். இந்தியாவிலிருக்கும் மொத்தத் தொலைக்காட்சிப் பெட்டிகளில் 10% பஞ்சாபில் இருந்தது. இந்தியாவில் ஓடிய டிராக்டர்களில் 17% பஞ்சாப் மாநில உழவர்கள் வசமிருந்தன. மற்ற பகுதிகளில் போடப்பட்ட சாலைகளை விடவும் மூன்று மடங்கு அதிகச் சாலைகள் போடப்பட்டன. ஒவ்வோர் இந்தியனும் சராசரியாகப் பயன்படுத்தும் மின்சாரத்தைப் போல் பஞ்சாபியர் (மணிக்கு) இரு மடங்கு பயன்படுத்தினர். இந்தியாவில் சராசரியாக ஒரு ஹெக்டேர் நிலத்தில் கொட்டியதைப் போல இரு மடங்கு ரசாயன உரங்களை பஞ்சாபியர் கொட்டினர். இந்தியாவில்

111

சராசரியாக 28% நிலங்களில் நீர் பாய்ந்தது. பஞ்சாப் மாநிலத்தில் மட்டும் 80% நிலத்தில் நீர் பாய்ந்தது. சராசரியாக ஓர் இந்தியன் வங்கியில் சேமித்துள்ளதைப் போல பஞ்சாபி இரு மடங்கு சேமித்தான். சராசரி இந்தியனது ஆண்டு வருவாய் 1,334 ரூபாய். இதுவே பஞ்சாபியின் கணக்கு என்று பார்த்தால் 2,528 ரூபாய். சராசரி இந்தியனது வருவாயை விட 65% அதிகம்.

வளர்ச்சியை அளப்பதற்கு அரசாங்கம் முன் வைக்கும் அனைத்து அளவுகோல்படியும் பஞ்சாப் மாநிலத்தில் அமோக வளர்ச்சிதான். ஆனால், அங்கு அமைதி மட்டும் நிலவவில்லை. 'கிராமப்புறத்தில் செல்வத்தைப் பெருக்கப் போகிறோம். அமைதியை நிலை நாட்டப் போகிறோம்' என்று சொல்லித்தான் விஞ்ஞானத் தொழில் நுட்பமும் அரசியலும் தாலி கட்டிக் கொண்டன. ஆனால், அதன் விளைவாக பஞ்சாபியரின் துயரம் பெருகியதுதான் கொடுமை. ஏராளமான கொலைகள் நடந்தன. ஆறு ஆண்டுகளுக்குள் 15 ஆயிரம் பேர் கொலை செய்யப்பட்டதைப் பார்த்தோம். 'இவையெல்லாம் தங்களது வாழ்க்கையை இழிவு செய்து விட்டதாகவும், உழைப்பைச் சுரண்டி விட்டதாகவும்' சீக்கியர்கள் கருதினர்.

மக்கள் மீதும் இயற்கை மீதும் பச்சைப் புரட்சி கட்டுப்பாடுகளைக் கொண்டு வந்தது. அதன் விளைவே பஞ்சாப் படுகொலைகள். தீவிர வேளாண்மை செயல்படுத்தப்பட்டதால் மண் மலடாகிப் போனது. பயிர்களைப் பூச்சிகள் மேய்ந்தன. வயல்கள் நீர் தேங்கிய பாலையாயின. கடன்பட்ட உழவர்கள் அதிருப்திக்கு ஆளானார்கள்..." என்று அந்த நாட்களை அப்படியே நம் கண்முன் கொண்டு வந்து நிறுத்தும் வந்தனா சிவா, இந்திய உழவாண்மை குறித்து பலரின் கருத்துகளையும் எடுத்து வைக்கிறார். அதில் ஒன்று காந்தியினுடையது.

1947-ம் ஆண்டு ஜூன் மாதம் 10-ம் நாள் இறைவணக்கக் கூட்டத்தில் பேசிய காந்தியடிகள், "சுயஉதவியும் தற்சார்பும் நமது முதல் பாடமாக இருக்க வேண்டும். இதை மனதில் கொண்டோமானால், அயல்நாட்டைச் சார்ந்திருப்பதையும் முடிவில் ஓட்டாண்டியாவதையும் தவிர்த்திட முடியும். திமிர் மிகுதியால் இதை நான் சொல்லவில்லை. இதுதான் உண்மை. உணவுக்காகக் கையேந்துவதற்கு நமது இந்திய பூமி ஒன்றும் சிறியது அல்ல. இந்த தேசத்தின் மக்கள் தொகை 40 கோடி. நமது நாட்டில் வலிமை மிக்க நதிகள் பாய்கின்றன. வயல்வெளிகள் வளம் கொழிப்பவை. அளப்பரிய கால்நடைச் செல்வம் நமக்குண்டு.

நமது நாடு கடந்த சில நூற்றாண்டுகளாகப் புறக்கணிக் கப்பட்டதாலேயே, இன்று உணவுப் பற்றாக்குறையே நிலவுகிறது. நடந்து முடிந்த உலகப் போரானது உலகத்தையே பற்றாக்குறையில் தள்ளியுள்ளது. இந்தியாவிலும் இதுவே நடந்துள்ளது!"

விகடன் பிரசுரம்

இதைப் பற்றி பேசும் வந்தனா சிவா, 1951-ம் ஆண்டு உழவுத் துறை அமைச்சராக இருந்த கே.எம்.முன்ஷி சொன்ன ஒரு விஷயத்தையும் எடுத்தாள்கிறார். அது-

'உணவுச் சங்கிலி அறுந்து கிடக்கிறது. அதைப் புதுப்பிப்பது இந்தியாவின் சுதந்திரத்தைக் காப்பதற்கு இன்றியமையாதது மட்டுமல்ல, இந்தியா பிழைத்திருப்பதற்கே இன்றிமையாத ஒன்றாகும்!'

இதையெல்லாம் ஒப்பிட்டுப் பேசும் வந்தனா, "இப்படிப்பட்ட கருத்துகள் எல்லாம் இந்தியாவில் சுழன்று கொண்டிருந்த

நிலையிலும் 1965-ம் ஆண்டுக்குப் பிறகு பல தவறுகள் இங்கே நடந்தன. 1966 முதல் 1971 முடிய உள்ள ஐந்தாண்டுக்கு, அந்நியக் கடனாக 1,114 கோடி வாங்கி, ரசாயன விவசாயத்தைப் புகுத்தினோம். அதற்கு முந்தைய மூன்றாம் ஐந்தாண்டுத் திட்டத்துக்குச் செலவிட்டதைப் போல (ரூ.191 கோடி) இது ஆறு மடங்கு அளவுக்கும் அதிகம்.

ஏழை மக்களையும் வளம் குறைந்த பகுதிகளையும் புறக்கணிப்பது என்பதுதான் அமெரிக்க விஞ்ஞானிகளின் முக்கிய கோஷமாக இருந்தது. 'மிகச்சிறந்தவை மீது கட்டி எழுப்பு' (Building on the BEST) என்பதுதான் அவர்களது தாரக மந்திரம். இங்கிருப்பவர்களும் அதையே அச்சுப்பிசகாமல் கடைப்பிடித்தனர். 10 ஆயிரம் ஆண்டுகளாகப் பரிணமித்திருந்த விதைப் பெருக்க வரலாற்றை, பச்சைப் புரட்சி மாற்றிப் போட்டதற்கு இதுவும் முக்கியக் காரணம்.

ஐக்கிய நாடுகள் நிறுவன முன்னாள் உணவு - உழவுத்துறை நிபுணர் எர்னா பென்னம் எழுதி வைத்திருப்பதை படித்தாலே இதெல்லாம் விளங்கும்.

'10 ஆயிரம் ஆண்டுகளாகச் சாகுபடி செய்த உழவர்கள், கணக்கில் அடங்காத பயிர் இனங்களை வெளிக்கொண்டு வந்தார்கள். பூமி அவர்களின் ஆராய்ச்சி மேடையாக இருந்தது. மூன்றாம் உலகத்து உழவர்கள் பயிர் விதைகளின் காப்பாளர்களாக இருந்தார்கள். விதை அவர்களுக்குப் புனிதமானது. விதை வாங்கப் படுவதோ விற்கப்படுவதோ இல்லை. இயற்கையின் அன்பளிப்பாகப் பரிமாறிக் கொள்ளப்பட்டது. பற்றாக்குறை ஆண்டுகளிலும் விதை பராமரிக்கப்பட்டது. கொடுக்க வேண்டியதைக் கொடுத்தால், நாட்டு ரக வித்துகள் நிறைய நெல்லையும் வைக்கோலையும் நமக்குக் கொடுக்கும் என்பது மீண்டும் மீண்டும் நிருபிக்கப்பட்டிருந்தது...'

மாவட்ட வேளாண் அதிகாரியாகப் பணியாற்றிய யக்ஞ நாராயண ஐயர், மாவட்ட அளவில் பயிர் விளைச்சல் போட்டிகளை வைத்தார். அதில் பங்கேற்ற உழவர்கள் நாட்டு ரக நெல் வித்துகளைப் பயன்படுத்தி உயர் விளைச்சல் எடுத்துக்காட்டியுள்ளார்கள். மேற்கு வங்கத்தில், ஒரு ஏக்கரில் 2,820 கிலோ எடுத்துள்ளார்கள். தமிழகத்தின் திருநெல்வேலியில் 3,750 கிலோ, அன்றைய தென்னாற்காடு மாவட்டத்தில் 3,485 கிலோ, சேலம் மாவட்டத்தில் 5,450 கிலோ என விளைந்துள்ளது.

இதற்கு பிறகும் ஆலைத் தொழில்கள் தூக்கிப் பிடிக்கப்பட்டன. ஆலைத் தொழில் புரட்சி... சமூகத்தில் ஒரு பக்கம் பணப் பெருக்கத்தையும், மற்றொரு பக்கம் வறுமையையும் எப்படி உண்டு பண்ணுகிறது என்பதை நாம் அறிவோம். புரட்சியின் ஆதாயம்

எல்லாம் ஒரு நாட்டைச் சென்றடைகிறது. பொருளாதாரம் அல்லது உயிர்ச் சூழல் இழப்புகள் எல்லாம் மற்றொரு நாட்டின் தலையில் சுமத்தப்படுகிறது. இதுவே பச்சைப் புரட்சியிலும் நடந்தது...” என்று சுட்டிக்காட்டும் வந்தனா சிவா, நம்மைச் சுதந்திரப் போராட்ட காலத்துக்கு இட்டுச் செல்கிறார்.

“இந்திய சுதந்திரப் போராட்டத்தில் இரண்டு சின்னங்களைப் பார்க்கிறோம். ஒன்று சத்தியாக்கிரகம்; மற்றொன்று ராட்டை. பிரிட்டனின் துணி ஆலை முதலாளிகள் சம்பரான் பள்ளத்தாக்கில் (சாயத்துக்காக) அவுரி பயிர் செய்ய நிர்ப்பந்திக்கப்பட்டார்கள். அதை எதிர்த்து காந்தி சத்தியாக்கிரகப் போராட்டம் நடத்தினார். நூல் நூற்பதற்கு ராட்டையை எடுக்கச் சொன்னதன் மூலம் மக்களுக்குத் தற்சார்பை உணர்த்தினார்.

இந்தியாவில் நெசவுத் தொழிலை நசுக்கத் திட்டமிட்ட ஆங்கிலேய முதலாளிகள், இந்திய உழவர்களின் தொழில்நுட்பத்தையும் தற்சார்பையும் வன்முறையை ஏவிச் சிதைத்தார்கள். வங்கத்து நெசவாளிகளின் கைத்தறித் துணிகளோடு, ஆங்கிலேயே முதலாளிகளின் மில் துணிகளால் போட்டியிட முடியவில்லை. இது பொறுக்காத முதலாளிகள், வங்கத்து நெசவாளிகளின் கட்டை விரலை வெட்டினார்கள். நெசவாளிகள் கூலித் தொழிலாளி ஆக்கப்பட்டார்கள். நெசவுக்கான மூலப்பொருள்களை (பஞ்சு, நூல்) தன் கட்டுப்பாட்டில் வைத்துக் கொண்டது கம்பெனி.

‘இந்திய வறுமை ஒழிப்புக்கு ராட்டையே கருவி’ என்று 1908-ம் ஆண்டில் காந்தி சொன்னார். ஆனாலும் 1917-ம் ஆண்டில் அவர் ஆப்பிரிக்காவில் இருந்து இந்தியா திரும்பிய பின்புதான், பரோடா பகுதியிலிருந்த ஒரு வீட்டின் பரணில் இருந்து ஒரு ராட்டையை மீட்டார்கள். மற்றபடி பல வீடுகளில் விறகுக்கட்டை போலத்தான் ராட்டை ஓரம் கட்டப்பட்டிருந்தது. ஆனால், முடிவாக ராட்டைதான் வெள்ளையரை வெளியேற்றும் போராயுதமாக மாறியது.

காலனி ஆட்சியில் துணி ஆலைகள் செய்த கொடுமையை, இன்று பச்சைப் புரட்சி செய்துள்ளது. வேளாண்மையை ரசாயன மயமாக்கியதாகட்டும்... உயர் தொழில் நுட்பம் என்ற பெயரில் தற்சார்பை அழிப்பதாகட்டும்... விதையே மையப் படுத்தப்படுகிறது. முதல் சுதந்திரப் போராட்டச் சின்னம் ராட்டை. இன்றைய போராட்டத்துக்கான சின்னம் ‘உழவர் விதை’யாக இருக்கட்டும்.”

இப்படி, வந்தனா சிவா எழுதி 15 ஆண்டுகள் முடிந்து விட்டன. ‘அன்றைக்கே மாற்றுப் பாதையில் நடக்கத் தொடங்கியிருந்தால் ஒருவேளை, பின்னர் நடந்த, ஒரு லட்சத்து ஐம்பதாயிரம் உழவர் தற்கொலைகளைத் தவிர்த்திருக்கலாமோ?’ என்று எண்ணத் தோன்றுகிறது!

'மாடு அல்ல மற்றையவை!'

'**கெ**டுதல் ஏற்படுத்தாத சிறந்த செல்வம் கல்வியே' என்று சொல்ல வந்த வள்ளுவர், 'கேடில் விழுச் செல்வம் கல்வி...' என்று ஆரம்பித்து, '...மாடு அல்ல மற்றையவை' என்று முடிக்கிறார். தமிழில் 'மாடு' என்ற சொல்லுக்கு 'செல்வம்' என்றொரு பொருள் உண்டு.

பெற்ற தாயை அடுத்து, இரண்டாவது தாயாக பூமியையும், மூன்றாவது தாயாக பசுவையும் பார்ப்பது நமது பாரம்பரிய வழக்கமாகத் தொடர்கிறது. தைப் பொங்கல் தமிழர்களது அறுவடைத் திருவிழா. தை முதல் நாள்... மனிதர்க்கு விழா. இரண்டாம் நாள்... மாட்டுக்கு விழா. அன்றைய தினம் கால்நடைகளைப் போற்றுகிறோம். நம்மோடு உழைத்த காளைக்கு உணவு ஊட்டுவதற்கு முன்பாக, அதை ஈன்ற பசுவுக்கு முதலில் சோறு ஊட்டுகிறோம்.

வைணவக் கோயில்களில், பசு வணக்கத்துக்கு உரியதாகக் கருதப்படுகிறது. சிவன் கோயில்களில், காளை உயரிய இடத்தில் வைத்துப் போற்றப்படுகிறது. அந்த அளவுக்கு மனித வாழ்வின் மேன்மைக்கு துணை நிற்க வல்லவையாக இருக்கின்றன கால்நடைகள்.

2003-ம் ஆண்டு கால்நடைக் கணக்கெடுப்பின்படி நாட்டில் உள்ள கால்நடைகள் 18 கோடியே 52 லட்சம். நமது பசுக்கள் கொடுக்கும் எண்ணாயிரம் கோடி லிட்டர் (எட்டு கோடி டன்) பாலின் மதிப்பு, 1 லட்சம் கோடி ரூபாய். நாட்டில் பயிரிடப்படும் நிலங்களில் பாதி அளவுக்கு மாடுகள் கொண்டுதான் உழவு செய்யப்படுகின்றன. 1 கோடியே 20 லட்சம் மாடுகள் வண்டி இழுக்கின்றன. மாடுகளின் மூலம் அறுபது லட்சம் டன் பெட்ரோலியப் பொருள்கள் மிச்சப்படுத்தப்படுகின்றன. இதன் மூலம் 20 ஆயிரம் கோடி ரூபாய்க்கு அன்னிய செலாவணி மிச்சப்படுத்தப்படுகிறது என்பது எவ்வளவு ஆச்சர்யமூட்டும் விஷயம்!

இன்னுமோர் ஆச்சர்யத்தைச் சொல்கிறது தேசிய நடைமுறைப் பொருளியல் ஆராய்ச்சிக் கழகம். 'நமது மாடுகள் கொடுக்கும் சாணத்தின் மூலம் கிடைக்கும் எரிசக்தி, மூன்றரைக் கோடி டன் நிலக்கரிக்கு அல்லது 6.8 கோடி விறகுக்குச் சமமானது' என்கிறது இந்த ஆராய்ச்சிக் கழகம். இதுவல்லாது, 34 கோடி டன் அளவுக்கான சாணம், நமது நிலங்களுக்கு எருவாகப் போய்ச் சேருகிறது.

'நமது கால்நடைகளிடமிருந்து நமக்குக் கிடைக்கும் சக்தி, ஆறாயிரம் கோடி கிலோ வாட்' என்று கணக்கிடப்பட்டுள்ளது.

உழவுக்கும் உண்டு வரலாறு!

இதுவன்றி பத்தாயிரம் கோடி கிலோ வாட் சக்தி... 7 கோடி காளை மாடுகள், 80 லட்சம் எருமைகள், 10 லட்சம் குதிரைகள், 10 லட்சம் ஒட்டகங்கள் மூலமாகக் கிடைக்கின்றன.

இயற்கை முறையில் கிடைக்கும் இந்தச் சக்திக்காக நாம் செலவழிக்கும் தொகையைப் போல, மூன்று மடங்கு செலவு செய்தால்தான்... இதே அளவு சக்தியை நவீன (செயற்கை) முறையில் உற்பத்தி செய்ய முடியும்.

இந்தியாவில் தேவைப்படும் சக்தியில் 66% அளவானது கால்நடைகள் மூலமே கிடைக்கின்றன. நிலக்கரி, பெட்ரோல், டீசல் மூலம் கிடைப்பவை 14% மட்டுமே.

ஆடு, மாடு கிடைகள் போடுவதன் மூலம் நிலங்களை வளமேற்றுவது பரவலாக இன்னமும் வழக்கில் உள்ளது. கால்நடைகள் மூலம் கிடைக்கும் சக்தியும் எருவும் சூழலை மாசுபடுத்துவது இல்லை. மாறாக மண் நலத்தையும், மக்கள் நலத்தையும் காக்க வல்லவை என்பதை ஒவ்வொருவரும் புரிந்து கொள்ள வேண்டும்.

ஊர்ப்புறத்தில் உள்ள குடும்பங்களில் இரண்டில் ஒரு குடும்பம்... பசு வளர்த்துப் பால் கறக்கிறது. இந்தியாவில் இப்படி வாழ்க்கை நடத்தும் குடும்பங்கள், ஏழு கோடி. இந்தக் குடும்பங்கள் உற்பத்தி செய்யும் பால், இந்தியாவின் மொத்த உற்பத்தியில் 70%. இதில் 70% அளவு பால்... சிறு மற்றும் குறு உழவர்கள், நிலமற்றவர்கள் மூலம் கிடைக்கிறது என்பது மனதில் இருத்திக் கொள்ள வேண்டிய விவரம்.

சராசரியாக ஒரு மாடு, ஒரு நாளைக்குப் பத்து கிலோ சாணமும்... ஐந்து கிலோ மூத்திரமும் தருகிறது. அப்படியானால் ஒவ்வொரு நாளும் 185 கோடி கிலோ சாணம் 92 கோடி லிட்டர் மூத்திரம் கிடைக்கிறது. இவை முறையாகப் பயன்படுத்தப்பட்டால், இன்று தரிசாகப் போடப்பட்டுள்ள நிலங்கள் அனைத்தும் விளைநிலங்களாக மாறும். சூழலை மாசுபடுத்தாத சக்தி பிறக்கும்.

இன்று தொடர்கிற விவசாயத் தற்கொலைகளுக்கு அடிப்படைக் காரணங்கள்.. வேலை இல்லாமை, இடுபொருள் செலவு உயர்வு, உற்பத்தியான பொருளுக்கு விலை இல்லாமை ஆகியவைதான். இந்த மூன்றில் முதல் இரண்டு காரணங்களையும் கால்நடைகளைப் பேணிப் பாதுகாப்பதன் மூலம் வேரறுக்க முடியும். ஒரு கறவை மாட்டை இறைச்சியாக மாற்றும்போது 10 ஆயிரம் ரூபாய் மதிப் புள்ள பொருள்கள் கிடைக்கின்றன. ஆனால், அந்தக் கறவை மாட்டை வைத்துப் பராமரித்தால் 25 ஆயிரம் ரூபாய் முதல் 30 ஆயிரம் ரூபாய் வரை மதிப்புள்ள பொருள்கள் கிடைக்கும்.

பசு மூத்திரம் சித்த மருந்து, ஆயுர்வேத மருந்து தயாரிக்கப் பயன்படுகிறது. நாட்டுப் பசு தரும் பாலில், அதிகம் புரதம் உள்ளது.

கொலஸ்ட்ரால் குறைவாக உள்ளது. பசு மூத்திரம், நோய் எதிர்ப்பு ஆற்றல் கொண்டது, புண்ணைக் குணப்படுத்த வல்லது. நாட்டுப் பசு தரும் மூத்திரம்... புற்று நோய், சர்க்கரை நோய், குடற்புண், மூட்டுவலி, சிறுநீரகக் கோளாறு போன்ற கொடிய நோய்களைக் குணப்படுத்துவதற்காக ஆயுர்வேத மருத்துவர்களால் இன்றைய தினம் பயன்படுத்தப்படுகிறது.

ஆய்வு அடிப்படையிலான அறிவும் உயிரிற் பன்மயம் பற்றிய மதிநுட்பமும் இல்லாமையால் 'வெள்ளைப் புரட்சி' என்ற பெயரில் சீமை மாடுகளை இறக்குமதி செய்தும் உள்நாட்டு இனங்களில் கலப்படம் செய்தும் வாழ்வாதாரங்களை இழந்து கொண்டிருக்கிறோம்.

வட அமெரிக்காவில், தென் அமெ ரிக்காவில், ஆஸ்திரேலியாவில்... நமது நாட்டு, ஓங்கோல், கிர், தார் பார்க்கர் மாடுகளைக் கொண்டுபோய் மேம்படுத்திப் பயன்பெறுகிறார்கள். 'சிறந்த இந்தியப் பால் மாட்டினம் எங்களிடம் விற்பனைக்கு உண்டு' என்று அவர்கள் விளம்பரம் செய்கிறார்கள். நாமோ... அவர்களின் நாட்டு மாடுகளைப் பார்த்து வியந்து கொண்டிருக்கிறோம்!

உழவுக்கும் உண்டு வரலாறு!

நமது நாட்டுக் கிராமப்புறங்களில் மூன்று மாதச் சாகுபாடி காலம் நீங்கலாக மீதமுள்ள 9 மாத காலம் வண்டி மாடுகள் வேலை இல்லாதிருக்கின்றன. இவற்றுக்குப் போதிய வேலை தர முடியுமானால் கிராமப்புறத்தவர் வருவாய் உயரும். விண்வெளி வெப்பக் கூடாரமாவது குறையும்; டீசல் தேவை குறையும்.

நாகரிகம் தொடங்கியது முதல் பசு வளர்ப்பு நமக்கு உணவளித்தது; காளை வளர்ப்பு தொடங்கியது முதல் அவை நமக்கு உழைப்பை வழங்குகின்றன. பசு நமது வளர்ப்புத் தாய். காளை நமது வளர்ப்புத் தந்தை. கறவை நின்றதும் 'உதவாத மாடு' என்று பசுக்களை ஒதுக்குவதும்... வயதானதும் 'உதவாத மாடு' என்று காளைகளை கறிக்கடைக்கு அனுப்புவதும் நமது அறியாமையே! சாணமும் மூத்திரமுமே 'எரு' என்று நம் முன்னோர் உணர்ந்திருந்தார்கள். அவை கொண்டு தயாரிக்கப்படும் அமுதக்கரைசல் பயிர் விளைச்சல் எடுக்கப் போதுமானது என்பதை இன்று நாடே உணர்ந்து கொண்டுள்ளது.

'கொடுமுடி' டாக்டர். நடராசன், எட்டாண்டுகளுக்கு முன்பு பஞ்சகவ்யாவைப் பயிர்ச் சாகுபடியில் பயன்படுத்தலாம் என்று கண்டுபிடித்தார். விதை நேர்த்தி தொடங்கி, நடவு, வளர்ச்சிப் பருவம், பூ மலர்ச்சி, காய்ப் பெருக்கம், அறுவடைக்குப் பின் கெடாமை இப்படிப் பல படிகளிலும் பஞ்சகவ்யாவைப் பயன்படுத்தி ஆராய்ச்சி செய்து ஆவணமாக்கியுள்ளார். அது இந்தியாவின் பல மாநிலங்களிலும் மொழிபெயர்க்கப்பட்டு, பஞ்சகவ்யா பயன்பாட்டுக்கு வந்து விட்டது!

பசு தரும் பால், உணவு மட்டும் அல்ல... உணவை ஊட்டி விடும் தயிராக, மோராக, வெண்ணெயாக, நெய்யாகப் பயன்படுகிறது. இத்தகைய நமது உறவுகளை, 'உதவாதவை' என்று இறைச்சிக் கடைக்கு அனுப்புவது எந்த விதத்தில் அறமாகும்?

'வண்டிக்காரன்' என்று புகழ்பெற்றிருக்கும் 'பொறியாளர்' ராமசாமி மேலும் சொல்கிறார்:

"உடலில் வலுவுள்ளவரை உழைக்கும் காளை மாடுகளுக்கு வேதனை இல்லாமல் இழுத்துச் செல்லப் பொருத்தமான வண்டி செய்து கொடுத்தோமா... லாரியில் ஏற்றிக் கறிக்கடைக்குச் செல்லும்

போது சித்ரவதைக்கு ஆளாக்காமல் செய்கிறோமா... இறைச்சிக்காக கொலை செய்யும்போது சித்ரவதை செய்யாது கொலை செய்கிறோமா?”

தமிழ்நாடு சிந்தனையாளர் பேரவைப் பொதுச் செயலாளர் ரத்தினகிரி, மாநிலத் திட்டக் குழுவில் கால்நடைப் பிரிவு உறுப்பினராகவும் இருக்கிறார். முன்னாள் கால்நடை மருத்துவரான இவர் கூறுவது அனைவர் சிந்தனைக்கும் உரியது:

“இறைச்சிக்காக மட்டும் மாடுகள் வெட்டப்படுவது இல்லை. அவற்றின் தோல் பதப்படுத்தப்பட்டு, காலணி முதல் இடைவார் உள்பட பல்வேறு பொருள்களாக மாற்றப்படுகின்றன. எலும்பு, குளம்பு கொம்பு ஆகியவை எலும்புத்தூள் தயாரிக்கப் பயன்படுத்தப்படுகின்றன. குளம்பில் தயாரிக்கப்படும் ஆணி, கப்பல் தயாரிப்பில் பயன்படுகிறது. நரம்பு, டென்னிஸ் ஆட்டக்காரர்களின் மட்டை தயாரிக்கப் பயன்படுகிறது. இப்படிப் பல துறைகளிலும் வருவாய் கொடுப்பதாக இருக்கும் மாடுகள் விற்கப்படும்போது, அதிலிருந்து உரிய பங்கு, மாட்டை விற்பவருக்கு வருகிறதா?”

இப்படி பலரும் எழுப்பும் கேள்விகளுக்கு விடை காண முடியாமல் தடுமாறி நிற்கும்போது, மின்னல் வெட்டியது போல சில தகவல்களும் வரத்தான் செய்கின்றன.

“கர்நாடக மாநிலத்திலிருக்கும் ஸ்ரீராமச்சந்திரபுரா மடத்தின் அடிகளார் வழிகாட்ட, அங்கே மாடுகள் பெரும் எண்ணிக்கையில் பாதுகாக்கப்படுகின்றன. எஞ்சியிருக்கும் 33 இந்தியக் கால்நடை இனங்களில் 27 இனங்கள் பராமரிக்கப்படுகின்றன. சில இடங்களில் கால்நடைக்குக் கருணை இல்லங்களும் செயல்பாட்டில் உள்ளன.

ஸ்ரீராமச்சந்திரபுரா மடம் கால்நடைகளுக்குக் கருணை இல்லம் கண்டதால், சுற்றுப்புறமுள்ள எண்ணற்ற உழவர்கள் இயற்கை உழவுக்கு மாற முடிந்திருக்கிறது.”

இந்தத் தகவல்கள் கர்நாடக கால்நடைப் பல்கலைக் கழகப் பேராசிரியர் கோவிந்தய்யா மூலம் நமக்குக் கிடைத்துள்ளது.

மேலே கண்ட விவரங்கள் மூலம் நாம் ஒரு முடிவுக்கு வருகிறோம். கால்நடைகளைப் பேணிப் பாதுகாக்காமல் பயிர்த் தொழில் நடவாது. நமது நாட்டுக் கால்நடைகளை இழிவுபடுத்தி நமக்கு முன்னேற்றம் சாத்தியம் இல்லை!

பின்னுரை...

ஒரு முறை, விகடன் பதிப்பாளர் பா.சீனிவாசன் என்னுடன் பேசும்போது, 'பத்திரிகை நடத்துவது ஒரு வணிகம்தான். ஆனாலும், விகடன் வாசகர்கள் பயனடைய வேண்டும் என்று ஆசைப்படுகிறேன். அதனால், பசுமை விகடன் பிறக்கிறது. 26.01.07 அன்று கோவையில் நடைபெறும் தொடக்க விழாவில் நீங்கள் பங்கு கொள்ள வேண்டும்!' என்று அழைத்தார். அவரது அழைப்பை ஏற்று அந்த விழாவில் நான் கலந்து கொண்டேன்.

விகடன் குடும்பத்துக் குழந்தையான பசுமை விகடனை, தமிழ்கூறும் நல்லுலகம் போற்றுகிறது. குறிப்பாக, தமிழ்பேசும் உழவர் கரங்களே இந்தக் குழந்தைக்கு தூளியாகிப் போனது.

இது வரை எனது பங்களிப்பாக 24 கட்டுரைகள் பசுமை விகடன் இதழ்களில் அச்சேறியிருக்கின்றன. அவை இப்போது நூல் வடிவம் பெறுகிறது. இந்திய உழவர்களது நிலை, நமது தாயகத்தின் உழவின் வரலாறு, அது திசை திரும்பிய மர்மம், இவை பற்றிய உலகம் தழுவிய சிந்தனை, மாற்றாக முன்வைக்கப்படும் இயற்கை வழி வேளாண்மை, அதையொட்டிய கால்நடை பராமரிப்பு... இப்படியாக இந்தக் கட்டுரைகளின் உள்ளடக்கம் அமைந்துள்ளது.

'காந்தியைச் சிலையாக்கிவிட்டு, அவரது நினைவிடத்தில் மாலை மரியாதை செய்துவிட்டு, அமெரிக்க டிராக்டரில் இந்தியாவை ட்ரெயிலராக மாட்டி இழுத்துக் கொண்டிருக்கிறார்கள்' என்பது போன்ற எனது எழுத்துகளுக்கு உயிர் கொடுத்து, உங்கள் முன் உலவவிடும் ஓவியர் ஹரன் மிகவும் பாராட்டப்பட வேண்டியவர்.

நவீன உழவாண்மையின் சீழ்க் கட்டிகள் உடைத்துக் கொண்டு நெடி வீசும் காலகட்டம் இது. பசுமை விகடன் டிசம்பர் - 10, 2007 தேதியிட்ட இதழில் தூரன்நம்பி எழுதியிருந்த 'சிறப்புத் தற்கொலை மண்டலங்கள்' கட்டுரை 60 ஆண்டு சுதந்திரத்தின் விளைவாக நிகழ்ந்துள்ள அவலத்தை வெளிச்சம் போட்டுக் காட்டியிருக்கிறது.

'1997 முதல் 2005-ம் ஆண்டு வரை மொத்தம் ஒன்றரை லட்சம் உழவர்கள் தற்கொலைக்குத் தள்ளப்பட்டிருக்கிறார்கள்' என்று சென்னை வளர்ச்சி ஆராய்ச்சி நிறுவனத்தைச் சேர்ந்த பேராசியர் நாகராசன் கணக்குக் கொடுக்கிறார். ஒவ்வொரு 30 நிமிடத்துக்கும் உழவர் ஒருவர் தற்கொலைக்குத் தள்ளப்படுகிறார் என்ற உண்மை, '9% உள்நாட்டு உற்பத்தி வளர்ச்சி' என்ற சாதனையைக் கண்டு எள்ளி நகைக்கிறது.

தலைநகர் டெல்லித் தெருவிலே நெல்லைக் கொட்டிப் போராட்டம் நடத்திய தமிழக விவசாயிகளுக்கு உரிய பதில் இல்லை. கடந்த 60 ஆண்டுகளாகக் கடைப்பிடித்த கொள்கையும், செயல்படுத்திய திட்டங்களும் பட்டணப் பெருக்கத்துக்கும், ஆலைத்தொழில் பெருக்கத்துக்குமே வழி வகுத்துள்ளன. ஊர்ப்புறங்களைப் பாலையாக்கி, விளைநிலங்களைக் கொலைக் களங்களாக மாற்றியுள்ளன. உச்சக்கட்டமாக... உழவனிடம் இருந்து நிலத்தைப் பறித்துக் கொள்ளும் அரக்கத்தனம்தான் அரங்கேறுகிறது.

எதுவும் விளையாத இடங்களிலும் (சில இதயங்களிலும்) தனது விதையை முளைக்க வைப்பதிலே 'கோவணாண்டி' கஜகர்ணம், கோகர்ணம் போடுகிறார். இந்த முயற்சியில் இறங்கியிருக்கும் கோவணாண்டி, 'சி.பொ.ம-வும் சிவபூஜை கரடியும்' என்ற

தலைப்பில் தமிழக முதல்வருக்கு வழங்கியுள்ள யோசனைகள் (10.01.08 நாளிட்ட இதழ்) மிகவும் ரசிக்கத் தக்கனவாக இருந்தன.

வாழ்வாதாரங்களைப் பறித்துக் கொள்வது என்பது, ஒருவனது வாழ்வுரிமையைப் பறிப்பதாகும் என்ற உணர்வுகூட இல்லாமல் சட்டங்கள் இயற்றுவதும், திட்டங்கள் தீட்டுவதும் யாருடைய லாபத்துக்காகவோ என்ற கேள்வி தொடர்ந்து எழுப்பப்படுகிறது.

ஆலைகள், நிலத்தடி நீரை அநியாயமாக உறிஞ்சுவதையும், ஆற்று நீரை கபளீகரம் செய்து குடிப்பதையும், கழிவு நீரை ஆற்றில் கவிழ்ப்பதையும், மாசுக்கட்டுப்பாடு வாரியம் வேடிக்கை பார்ப்பது ஒரு புறம் நடக்கிறது; மறு புறம்... அந்த ஆலைகளுக்கு பருத்தியும், கரும்பும், மரவள்ளியும் வழங்கிய உழவர்கள் கண்ணீர் வடிப்பது தொடர்கிறது. இதற்கெல்லாம் தீர்வு என்னவென்று கேட்டால், ‘சிறு - குறு உழவர்கள் நிலத்தை விட்டு வெளியேறுவதுதான் ஒரே வழி’ என்று நடுவண் அரசின் வேளாண்துறை அமைச்சர் சரத் பவார் கூறி இருப்பது, நாடகத்தின் உச்சகட்டம்.

‘வேளாண்மையை முன்னேற்ற...’ என்று சொல்லிக் கொண்டு தோற்றுவிக்கப்பட்ட பல்கலைக் கழங்கள், கருவிகளையும், ரசாயனங்களையும் தொழில் நுட்பங்களையும் இறக்குமதி செய்வதில் படுமும்முரமாகச் செயல்படுகின்றன. பி.டி. பருத்தியில் தொடங்கிய பல்கலைக் கழகங்களின் பணி, பி.டி. தக்காளி, பி.டி. கத்தரி, பி.டி. நெல், பி.டி. வெண்டை என்று விரிந்து, உயிரினப் பண்மயத்தை அழிப்பதிலும் தீவிரமாகத் தொடர்கிறது.

‘அமெரிக்கப் பாணி உழவு, இந்தியாவுக்குச் சரிப்பட்டு வருமா...?’ என்று ஒப்பிட்டுப் பார்க்கப் படவில்லை. அங்கே சிறிய பண்ணை என்றால் 10,000 ஏக்கர்; பெரியபண்ணை என்றால் ஒரு லட்சம் ஏக்கர். அங்கு உழவர்கள் பயிர் செய்யாது தரிசாகப் போட்டால் கூட மானியம் கொடுக்கப்படுகிறது. அங்கும் உழவர்கள் நிலத்தை விட்டு வெளியேறுகிறார்கள். வெளிநாடுகளிலிருந்து உணவுப் பொருட்களை இறக்குமதி செய்ய வேண்டிய நிலை உருவாகிறது. அமெரிக்காவின் ஒஹையோவிலிருந்து பி.ஆரோக்கியவேல் எழுதியதை 22.11.06 தேதியிட்ட ஆனந்த விகடன் கட்டுரை படம் பிடித்திருந்தது நினைவிலாடுகிறது.

இவ்வளவு இடர்ப்பாடுகளுக்கு இடையிலும் சாதனை படைக்கும் உழவர்கள் இருக்கத்தான் செய்கிறார்கள். இவர்களைத் தேடிப் பிடித்து பசுமை விகடன் நிருபர்கள் தகவல் திரட்டித் தருகிறார்கள். தகவல்களது நம்பகத் தன்மையைக் கூட்டும் விதத்திலே படம் பிடித்துள்ளது உள்ளத்தைக் கவர்வதாக உள்ளது. பாகற்காய், புடலங்காய், மிளகாய், கொத்துமல்லி, கோரை,

விகடன் பிரசுரம்

பொரியல் தட்டை, கண்வலிக் கிழங்கு, இஞ்சி, மாங்காய், தேங்காய், நெல்லி இப்படி சாகுபடி நுட்பங்கள் வாரித் தரப்பட்டுள்ளன.

சோப்பு நீரைக் கல்வாழை கொண்டு சுத்தம் செய்வது, சமையலறைக் கழிவு நீரில் மண்புழு வளர்ப்பது, மொட்டை மாடியில் காய்கறி வளர்ப்பது போன்றவை அனைவரும் செய்து பார்க்க வேண்டியவை.

ஆனாலும், தனித்தனிப் பயிர்களாகச் செய்வதை கலப்புப் பயிராகவும் பயிர்ச் சுழற்சி முறையிலும் கலப்புப் பண்ணையாகவும் மாற்றம் செய்வதால் செலவு குறையும், வருவாய் உயரும் என்பதை உழவர்கள் உணர வேண்டும் என்பது முக்கியம். அந்த வகையில், உழவர்களுக்கு எச்சரிக்கை கொடுக்கவும் வேண்டியுள்ளது. எல்லோரும் வெங்காயம் விதைக்காமல், லட்சம் வரும் என்று எல்லாரும் நெல்லியோ, மூங்கிலோ பயிர் செய்யாமல் தங்களைக் காத்துக் கொள்ள உதவும் கலப்புப் பண்ணை உத்திகளை

மேற்கொள்ள வேண்டும்.

கால்நடைகளில்தான் எத்தனை... எத்தனை விவரங்கள் தரப்படுகின்றன பாலைவனத் தார்பார்க்கர், கொங்குமண்டல காங்கேயம், தஞ்சை மாவட்ட உம்பளாச்சேரி என்று பலவற்றின் சிறப்பு வெளிப்படுத்தப்பட்டுள்ளது. ராஜபாளையம் நாய்ச்சிறப்பு, நாட்டுக்கோழி வளர்ப்பு, வான்கோழி வளர்ப்பு, காடை வளர்ப்பு, பன்றி வளர்ப்பு என்று பல்லுயிர் பண்ணைகளுக்குத் தேவையானவற்றை வாரிக் குவித்திருக்கிறார்கள் நிருபர்கள். ஆடு வளர்ப்பதற்கு முன்பு தீவனம் வளர்க்க வேண்டும் என்று அருமையான யோசனையைச் சொல்லி இருக்கிறார் உழவர் ஒருவர்.

'மண்புழுவின் நண்பர்' பேராசிரியர் சுல்தான் இஸ்மாயில் 'மண் வாசனை'யைத் திரும்பவும் கொண்டு வருவதற்கு எடுக்கும் முயற்சி வரவேற்கத் தக்கது.

ஈரோடு மாவட்டத்தில் ஏறத்தாழ 30 ஆயிரம் ஏக்கர் பரப்பில் ஒற்றை நாற்றுச் சாகுபடியை ஊக்குவித்துள்ள மாவட்ட ஆட்சித் தலைவர் உதயச்சந்திரன் பாராட்டுக்கு உரியவர்.

'பஞ்சகவ்யா நடராசன்' பெருமை பாரெங்கும் பேசப்படுகிறது. சுபாஷ் பாலேக்கருடைய ஜீவாமிர்தமும், சிரிபாத தபோல்கரின் அமுதக்கரைசலும் ஆயிரமாயிரம் பேரைக் கவர்ந்திருப்பது பசுமை விகடன் நன்னம்பிக்கை முனையை ஏற்படுத்திக் கொண்டிருக்கிறது என்பதையே காட்டுகிறது.

இயற்கை உழவாண்மையில் அடி வைத்து வெற்றிக்கொடி நாட்டிய முன்னோடிகள், மற்றவர்க்கு வழிகாட்டியாகவும் விளங்கு கிறார்கள். தேனி மாவட்டப் பொறியாளர் ராமன், வாழையில் உழாத சாகுபடியில் முன்னணி வகிக்கிறார். புளியங்குடி அந்தோணி சாமி தன்னை விட அதிகம் விளைச்சல், ரசாயன உரம் இட்டு, நஞ்சு தெளித்து எடுப்பவர்க்கு ஒரு லட்சம் ரூபாய் பரிசும், 'வேளாண் செம்மல்' என்ற பட்டமும் தருவதாகப் பறைசாற்றுகிறார். இயற்கை முறையில் வெங்காயம் பயிர் செய்து கண் கலங்காமலிருக்கும் காவேரி அம்மாப்பட்டி செல்வராஜை பார்க்கிறோம். கணினிப் பொறியாளராக ஆஸ்திரேலியாவில் பணியாற்றிய பாலாஜிசங்கர், அதை உதறிவிட்டு, சீர்காழி அருகே நிலத்தை உழுவதும் ஊருக்குப் புலப்படுத்தப்பட்டிருக்கிறது. இப்படி இன்னும் வெளிக்கொண்டு வரப்பட வேண்டியோர் பட்டியல் வெகு நீளமானது.

பேரிடர்களுக்குப் பூமி ஆளாவது பற்றிய கட்டுரைகளுக்கும் இந்த ஓராண்டில் நிறையவே இடம் கிடைத்துள்ளது. பூமி வெப்பக் கூடாரமாவது எதிர்காலத்தில் அக்கறையுள்ள அனைவரையும் அதிர்ச்சிக்கு உள்ளாக்க வல்லது. அதற்கு மாற்று அல்லது அதன்

விகடன் பிரசுரம்

தீயவிளைவுகளைத் தணிப்பது மரம் நடுவது ஒன்றே. இந்தப் பணியில் 'ஊழிபெயரினும் தான் பெயராத மாமனிதர்'களை 'பச்ச மனுஷன்'களாகப் பார்க்கிறோம்.

'பஞ்சபூதங்களையே மரங்கள்தான் வாழ வைக்குது... மழையை வரவழைக்குது... நிலத்தை வளப்படுத்துது' என்று சொல்லி, தரிசு கண்ட இடமெல்லாம் மரம் நட வைக்கும் வள்ளலார் சங்கத் தலைவர் ஞானப்பிரகாசத்தைப் பார்க்கிறோம்.

'மரம்' என்று பெயருக்கு அடைமொழி சேர்க்கும் 'மரம்' தங்கசாமியின் கற்பகச் சோலையையும் பார்க்கிறோம்.

உழவுக்கும் உண்டு வரலாறு!

நேற்று வரை திருவண்ணாமலை நகராட்சி, குப்பை கொட்டும் பகுதியாக வைத்திருந்த இடத்தை, பசுஞ்சோலையாக மாற்றிய 'இங்கிலாந்து கோவிந்து'வின் இயற்கை வேட்கையை உணர்கிறோம்.

இரு கைகளை இழந்த பிறகும் மணல்வெளியை மரச்சோலையாக்கும் 'மணப்பாடு' மரிய தங்கராஜுவைப் பாராட்டுவதற்கு ஏது வார்த்தைகள்? நேரம் மற்றும் இட பற்றாக்குறையால் நான் எழுதாது விடப்படும் உழவர்கள், சாதனையாளர்கள் என்னை மன்னிப்பார்களாக!

'செய்தக்க அல்ல செயக்கெடும்; செய்தக்க
செய்யாமை யானும் கெடும்' - குறள் 466

அரசு, தனது பொறுப்பைத் தட்டிக் கழிப்பதால் விளையும் கேடுகளைச் சுட்டிக் காட்டும் துணிவு பசுமை விகடனுக்கு உண்டு. மின்சாரம் ரத்து, ஆறுகளில் மணல் கொள்ளை, காவிரித் தீர்ப்பில் பாதகம், வளம் இழக்கும் வைகை, சாகடிக்கப்படும் சண்முகாநதி, உழவர் வயிற்றில் பால்வார்க்காத பட்ஜெட்... எல்லாமே ஆய்வு தொடர வேண்டிய தளங்கள்!

திருத்துறைப்பூண்டி அருகேயுள்ள கொற்கையில் அரசின் பராமரிப்பில் இருக்கும் உம்பளாச்சேரி மாட்டுப் பண்ணையின் பரிதாப நிலை, 'பலி கொடுக்கப்பட்ட 36 பசுங்கன்றுகள்' என்ற தலைப்பில் வெளியாக... கால்நடைத் துறை அமைச்சர் கீதாஜீவன் உடனடியாக நடவடிக்கையில் இறங்கி மாடுகளைக் காப்பாற்றியுள்ளார். இந்த முன்னுதாரணத்தை மற்றவர்களும் பின்பற்றினால் அவர்கள் மக்கள் மனத்தில் இடம் பெறுவது உறுதி.

முடிவாக உழவர்களே... மசானபு, ராச்சேல் கார்சன், பில் மொல்லிசன், பாஸ்கர்சாவே, கிளாடு பூரிங்கன், ஜே.சி. குமரப்பா, தபோல்கார், அமெரிக்கர் ரொடேல், கியூபாவின் ஃபிடல் காஸ்ட்ரோ போன்றோர் பற்றிய செய்திகளை மீண்டும் படியுங்கள்.

'வயிற்றுக்குச் சோறிடல் வேண்டும் இங்கு
வாழும் மனிதருக்கெல்லாம்
பயிற்றிப் பல கல்வி தந்து - இந்த
பாரை உயர்த்திட வேண்டும்!'

– என்று பாரதி சொல்வதை ஏற்றால் இங்கு நமக்கு வேலை இருக்கு நிறைய!